યોગ મુદ્રા

કે. બી. જોશી

"Connect the Vision"™

Nexus Stories Publication

Bhārata

યોગ મુદ્રા

NEXUS STORIES PUBLICATION

Surat, Gujarat, India.

Title – યોગ મુદ્રા

First Published by Nexus Stories Publication 2022

Copyright © કે. બી. જોશી 2022

All Rights Reserved.

ISBN # 978-93-91529-34-5

Publication
Nexus Stories Publication
Surat (Gujarat), Bhārata
https://nexus-stories. com
+91 87800 80718

• • •

અનુક્રમણિકા

૧. યોગમુદ્રા - પરિચય અને વિજ્ઞાન

એક નજર યોગમુદ્રા પર.....

પૂર્વીય ફિલસૂફી અનુસાર "મુદ્રા" અન્ય કંઈ નહિ પણ હાથના / હથેળીના વ્યવસ્થિત હાવભાવ છે. સંસ્કૃતમાં મુદ્રાનો અર્થ અંગવિન્યાસ અથવા ઢબ થાય છે. મુદ્રા એક સંસ્કૃત શબ્દ છે, જ્યાં 'મુ'નો અર્થ આનંદ અને 'રા'નો અર્થ સર્જન કરવું થાય છે. તે એક એવો સંકેત છે જે માનવ શરીરમાં નવી તાજગી અને ઉત્સાહ ઉત્પન્ન કરે છે. મુદ્રા એક બંધ વિધ્યુત પરિપથ સમાન છે જે આખા શરીરમાં ઊર્જાવહન કરી શકે. યોગના અલગ અલગ ભાગોમાની એક શાખા હઠયોગમાં મુદ્રાનો સમાવેશ થાઇ છે.

અન્ય શબ્દમાં, મુદ્રા એ સંચારની, હાથના હાવભાવ અને આંગળીના વિન્યાસ સમાવિષ્ટ છે. આત્માભિવ્યક્તિ ધરાવતી અવર્ણનીય સ્થિતિ છે. તે આંતરિક નિર્ણયોની બાહ્ય અભિવ્યક્તિ છે જે સૂચવે છે કે કેટલાક બોલાયેલા શબ્દો કરતા અવર્ણનીય સંચાર વધુ શક્તિશાળી છે. મુદ્રા પ્રતિકાત્મક આંતરિક લાગણીઓ અને આંતરિક માનસિક સ્થિતિ વ્યકત કરે છે. મુદ્રા તેના અભ્યાસુઓને વિશાળ સામર્થ્ય અને બૌદ્ધિકક્ષમતા - "સિદ્ધિ" આપવા સક્ષમ છે. મુદ્રાને રહસ્યમય વિજ્ઞાન ગણવામાં આવે છે. જોકે, મુદ્રા માત્ર આરોગ્યને તાજગી નથી આપતી પરંતુ માનવ આત્માને આધ્યાત્મિક લાભ પણ પૂરો પાડે છે. મુદ્રા ઉપચારમાં અદ્ભુત પરિણામ આપે છે.

સર્જન/ યોગમુદ્રાની શોધ

કોઇ જાણતું નથી કે મુદ્રા ક્યાંથી અને કેવી રીતે ઉદ્ભવી, તેનો સદીઓથી ઉપયોગ કરવામાં આવે છે. તે લગભગ બધાજ ધર્મમાં મળી આવે છે અને બધાજ ધર્મના લોકો દ્વારા ઉપયોગમાં લેવાય છે. આ તમામ મુદ્રાઓને ઓળખવી અને વૈજ્ઞાનિક રીતે સમજવી જરૂર છે. અજંતા અને ઈલોરાની ગુફાના પ્રથમ અને દ્વિતીય સદીના સ્મારકો ઘણી મુદ્રાઓ દર્શાવે છે.

આધ્યાત્મિક વિશ્વમાં યોગમુદ્રા:

મુદ્રાનું પ્રારંભિક નોંધનીય જ્ઞાન અને વિશ્લેષણ હિંદુધર્મ દર્શાવે છે. "મંત્રશાસ્ત્ર" (સૂર પુસ્તક), "ઉપાસનાશાસ્ત્ર" (પૂજા અને પ્રાર્થના પુસ્તક) અને "નૃત્યશાસ્ત્ર" (શાસ્ત્રીય નૃત્યોનું પુસ્તક)માં પ્રારંભિક દસ્તાવેજો જોવા મળે છે. શ્રીમદ્ભગવદ્ગીતાના નીચેના પરિચ્છેદમાં ઉલ્લેખ છે કે ભગવાન કૃષ્ણ જ્ઞાનમુદ્રામાં હતા જ્યારે તેમણે અર્જુનને ગીતાજ્ઞાન આપ્યું હતું.

પ્રપન્નપારિજાતાય તોત્રવેત્રૈકપાણયે ।
જ્ઞાનમુદ્રાય કૃષ્ણાય ગીતામૃતદુહે નમઃ ॥

1. જૈન ધર્મમાં મહાવીર સ્વામી અને શીખ ધર્મમાં ગુરુનાનક દેવજી હંમેશા જ્ઞાન અથવા ધ્યાનમુદ્રામાં બતાવવામાં આવે છે.

2. ઈજિપ્શીયન પ્રતીકોમાં પણ મુદ્રા જોવા મળશે. તેમના રાજાઓ અને રાણીઓના મમીઓના અંગવિન્યાસ પણ મુદ્રાધારી છે.

3. ખ્રિસ્તી કલામાં ઈસુ, જોહન બામિસ્ત અને મધર મેરી વિવિધ મુદ્રામાં બતાવવામાં આવે છે. આજે પણ, કેથોલિક ચર્ચ પાદરીઓ દ્વારા "મહાજ્ઞાનમુદ્રા"નો ઉપયોગ ભક્તોને આશીર્વાદ આપવા થાય છે.

4. ઇસ્લામમાં આધ્યાત્મિક ફકીરો વિવિધ વિધિઓ અને ધાર્મિકકાર્યો માટે હાથના સંકેતો અથવા મુદ્રાનો ઉપયોગ કરે છે. રોમન કલામાં પણ મુદ્રાની ઝલક જોવા મળે છે.

આધ્યાત્મિક વિજ્ઞાન: -

માનવીનો આત્મા સર્વોચ્ચ શક્તિશાળી છે. જ્યારે વૈજ્ઞાનિક રીતે, યોગ દ્વારા શારીરિક, માનસિક અને આધ્યાત્મિક સ્તરોને નિયંત્રિત કરી શકાય છે. જેના માટે નિયમાનુસાર "ધ્યાન" અને "સાધના" (પ્રેકિટસ) જરૂરી છે. માનવતાના અભ્યાસ માટે નીચે પ્રમાણે વિવિધ સર્વોપરી વિજ્ઞાન છે;

વિવિધ વિધાઓ સંબંધિત વિજ્ઞાન: -

1. બ્રહ્મ વિધા   : દૈવી વિજ્ઞાન

2. મુદ્રા વિધા   : આંગળીના વિન્યાસનું વિજ્ઞાન

3. કલ્પકલા વિધા   : પરિવર્તન વિજ્ઞાન

4. પ્રાણવિનિમય વિધા   : માંદા અને ખામીયુક્તને નિરોગી કરવા માટેનું વિજ્ઞાન

5. સૂર્યવિધા   : સૌર વિજ્ઞાન

6. પુનર્જન્મવિધા : પુનર્જન્મ વિજ્ઞાન

7. દીર્ઘાયુ વિધા : સહનશક્તિ વિજ્ઞાન

8. સ્વરવિધા : ધ્વનિ વિજ્ઞાન

9. રસાયણ વિધા : પરિવર્તન વિજ્ઞાન

10. મંત્ર વિધા : આધ્યાત્મિક વિજ્ઞાન

11. સમ્યદ્પ્રેશાણ વિધા : ટેલિપથી વિજ્ઞાન

મુદ્રા વિજ્ઞાન એ યોગની સંપૂર્ણપણે અલગ અને સ્વતંત્ર શાખા છે. આ મુદ્રાવિજ્ઞાન તત્વયોગ પર આધારિત છે. વિજ્ઞાન મનુષ્યને લગભગ બધી દિવ્ય ક્ષમતા હાંસલ કરવામાં અને શરીર સંપૂર્ણપણે બરાબર રાખવા માટે મદદ કરી શકે છે.

૧. યોગમુદ્રાનું વિશ્લેષણ અને કાર્યક્ષમતા

મુદ્રાનું વિશ્લેષણ

સારું આરોગ્ય મોટેભાગે "રોગ અથવા નબળાઇ વિના પૂર્ણ શારીરિક, માનસિક અને સામાજિક સુખની એક સ્થિતિ" તરીકે વ્યાખ્યાયિત કરવામાં આવે છે. મુદ્રા યોગ જેવી છે અને તેનું સંપૂર્ણ જ્ઞાન મેળવ્યા બાદ જ અભ્યાસ કરવો જોઇએ. જો ખોટી મુદ્રા અથવા આંશિક જ્ઞાન સાથે અભ્યાસ હશે તો ઇચ્છનીય પરિણામ પ્રાપ્ત થશે નહીં. બધાને મુદ્રાના મૂળભૂત સિદ્ધાંતોની ખબર અને સમજ હોવી જોઇએ. કોઇ યોગની જેમ, મુદ્રા એ

પ્રકૃતિ દ્વારા બનાવાયેલ કુદરતી રીતે સ્વસ્થ થવાનો માર્ગ છે. મુદ્રા ગોળીઓ જેવા તાત્કાલિક પરિણામ નથી આપતી, જ્યારે કેટલીક મુદ્રામાં તાત્કાલિક રાહત અથવા કાયમી અને લાંબાગાળાના લાભ છે. મુદ્રાનો ઉપયોગ ઈમાનદારીથી અને વિશ્વાસપૂર્ણ હશે, તો જરૂરથી સારું પરિણામ મળશે. બધા યોગિક કાર્યવાહીના લાભો કાયમી છે અને શરીર, મન અથવા આત્મા દ્વારા કુદરતી કામ કરીને પ્રાપ્ત કરી શકાય છે.

હવા, પાણી, અગ્નિ, પૃથ્વી અને આકાશ (હવા કે જે માનવ શરીરમાં રહેલી નાની અવાહક જગ્યાઓ) ભૌતિક શરીર આ પાંચ તત્વોનું બનેલું છે. આ તત્વોનું અસંતુલન પ્રતિરક્ષાતંત્રના અવરોધનું કારણ બને છે અને રોગ ઉત્પન્ન કરે છે. આ તત્વોમાં કોઇપણ પ્રકારની ઉણપ શરીરના એકભાગને બીજા સાથે ચોક્કસ રીતે મુદ્રા દ્વારા જોડીને ઉત્પન્ન કરી શકાય છે.

જ્યારે તત્વનું પ્રતિનિધિત્વ કરતી આંગળી અંગૂઠા સાથે સંપર્કમાં લાવવામાં આવે છે, ત્યારે તે તત્વ સંતુલનમાં લાવવામાં આવે છે. તેથી અસંતુલનના કારણે થયેલા રોગ મટે છે. મુદ્રા શરીરમાં

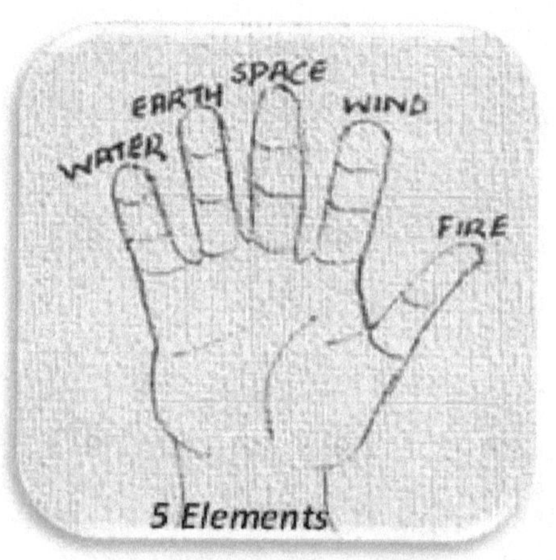

વિધુત ચુંબકીય પ્રવાહ બનાવે છે જે બનતા વિવિધ તત્વોને સંતુલિત કરે છે અને આરોગ્યસ્થિતિ પુનઃસ્થાપિત કરે છે. આંગળીઓનું જોડાણ માનવ શરીર પર અસર બનાવે છે.

પાંચ આંગળીઓ અને સંબંધિત પાંચતત્વો;

1. અંગૂઠો-અગ્નિ

2. તર્જની - હવા / પવન

3. મધ્યમા - આકાશ / અવકાશ

4. અનામિકા - પૃથ્વી

5. કનીષ્ઠિકા (ટચલીઆંગળી) – પાણી

<u>મુદ્રાની કાર્યત્મકતા:</u>

દરેક જીવની આંગળીના આધાર અંત ઘણા ભાવના કેન્દ્ર હોય છે કે જે મુક્ત ઊર્જા પ્રકાશન બિંદુઓ હોય છે. વિજ્ઞાન અનુસાર, દરેક આંગળીના ટેરવાં / ટીપને જો પ્રોટોન સમજીએ તેમ આ ટીપની આસપાસ મુક્ત ઇલેક્ટ્રોનનું સંકેન્દ્રણ છે. બે આંગળીઓના બિંદુઓ અથવા એક બિંદુનું હથેળીના અન્ય ભાગ સાથે જોડાણ કરવાથી મળતી મુક્ત ઊર્જા જે "પ્રાણ" તરીકે ઓળખાય છે તે વિશિષ્ટ પ્રણાલી મારફતે શરીર અને મગજને પુનઃદિશામાન કરે છે.

આ ઊર્જા વિવિધ ચેતાઓમાંથી પસાર થાય છે કે જે વિવિધ ચક્રો ખોલી શકે છે. ધૂંટણ પર હાથ રાખવાથી ગુપ્ત નસ ઉત્તેજિત કરે છે અને "મુલાધારચક્ર" માંથી ઊર્જા વહન કરે છે.

આમ ચેતા પરના દબાણ અને મુદ્રા દ્વારા રચાતા મનો-ચેતા માર્ગો પાંચ મૂળભૂત તત્વો સંતુલિત કરવા માટે મદદ કરે છે. આ તત્વોનું સંતુલન અને આંતરિક ઊર્જાનું પુન:નિર્દેશન કે જે નસોમાં ફેરફારો, અસ્થિબંધન અને ભૌતિક અંગો પર અસર કરે છે જે શરીરને પાછા તંદુરસ્ત સ્થિતિમાં લાવે છે.

વિવિધ મુદ્રાઓ આંગળીઓની વિવિધ ચેષ્ટાદ્વારા ચેતાતંત્ર પર વિવિધ 'અંતતાણ' પૂરું પાડે છે. આ મુદ્રાનો લાભ એ છે કે તેના દ્વારા ચેતાઓ પર અપાતું દબાણ આંગળીઓના આકાર અને કદ દ્વારા સ્વયં સંચાલિત અને નિયંત્રિત છે નહિ કે કોઇ બાહ્ય એજન્સીઓ દ્વારા.

મુદ્રાયોગ પણ એક ભારતીય તબીબી વિજ્ઞાન (આયુર્વેદ) ના સિદ્ધાંતો પર આધારિત વિજ્ઞાન છે જે ત્રણ પરિબળો પર આધારિત છે જે મુખ્યત્વે શરીરની માંદગી માટે જવાબદાર છે: વાત (પવન), પિત્ત અને કફ.

10 પ્રકારના વાયુઓ / પવનનું માનવ શરીરની ચેતા મારફતે પ્રસરણ થાય છે અને મુદ્રા દ્વારા નિયંત્રિત કરી શકાય છે.

કેટલાક મુખ્ય 'વાયુઓ' નીચે પ્રમાણે છે;

વિવિધ પ્રકારી	સંબંધિત કેન્દ્રિત અંગો
1. પ્રાણવાયુ	મોં, મધ્યનાક, મધ્યનાભિ, હૃદય
2. અપાનવાયુ	પુન જીવિત અંગો, ઘૂંટણ, બાજુઓ, પેટ
3. વ્યાનવાયુ	આંખો, કાન, ખભા, ધૂંટી, ગળા
4. ઉદાનવાયુ	હાથ અનેપ ગ
5. સમાનવાયુ	અન્ય વાયુઓ ફાળો આપે છે

આ મુદ્રાઓને સારા ક્રમમાં રાખવાના નિયમો "પંચમુખી પ્રાણોપાસના" તરીકે ઓળખાય છે અને મુદ્રા તેમના અંત:સ્તર હાંસલ કરવા માટે છે.

મુદ્રા શરીરમાં સંભવિત શક્તિ પેદા કરે છે. મુદ્રા મગજ અને શરીર વચ્ચેના આંતરિક જોડાણને મજબુત કરવાં મદદ કરે છે. જો કે મુદ્રામાં અસરકારકતા માત્ર અભ્યાસ પર આધાર રાખતી નથી પરંતુ તે ખાવાની આદત, આહાર, વ્યક્તિની જીવનશૈલી વગેરે પર પણ આધાર રાખે છે.

યોગમુદ્રાનો અભ્યાસ બંને હાથ સાથે વાપરીને કરવો જોઇએ કે જે એક લૂપ અથવા બંધત્વની બંધ આકૃતિ બનાવે છે. સામાન્ય રીતે યોગ્ય મુદ્રાના રોજના અભ્યાસ માટે 5-45 મિનિટ, મુદ્રા માટે યોગ્ય આંગળીનો દબ્બાણ અને સ્પર્શ સહિત આપની બેઠક પદ્ધતિ અને શ્વાસના લય પર આધારિત છે.

જેઓ આ ક્ષેત્રમાં શિખાઉ માણસ છે તેમને પ્રથમ શાંત સ્થળ, જ્યાં કોઈ પ્રકારના અવાજની ખલેલ ન હોય, તેવી જગ્યા પસંદ કરવી અને મનને શ્વાસની પ્રણાલી પર ધ્યાન કેન્દ્રિત કરવું.

શા માટે માનવ શરીર માટે મુદ્રા જરૂરી છે?

1. તે આપણા દુ:ખ અને અગવડ દૂર કરવા માટે વાપરી શકાય.
2. શરીરને એક સરળ સંવાદિતા સ્થિતિમાં બનાવવા જ્યાં સમગ્ર શરીરમાં ઊર્જા પસાર થઇ શકે છે અને આત્માને હકારાત્મક બળ પૂરું પાડે છે.

3. શરીરના થાક અને ભારે મનની પરિસ્થિતિ દૂર કરવા માટે મુદ્રા સાઉન્ડસ્લીપ (ગાઢ નિદ્રા) અને ઠંડી માનસિકતા પૂરી પાડે છે.

4. હકારાત્મક વલણ સાથે માનસિક સ્તર વધારે છે. સ્વાભિમાન વધારે છે અને હકારાત્મક વિચારસરણી પ્રોત્સાહિત કરે છે.

5. ધ્યાન સાથે મુદ્રા કરતાં એકાગ્રતા વધે છે.

6. તે વ્યક્તિના માનસિક, આધ્યાત્મિક, ભાવનાત્મક અને ભૌતિકસ્તર નિયંત્રિત કરશે.

મુદ્રા હાથના ચોક્કસ હાવભાવ છે જે તેને જોડાવા અને અલગ અલગ શક્તિઓ જે વિવિધ ચક્રોમાં હાજર હોય છે તેમાં રૂપાંતરિત કરવા માટે મદદ કરે છે.

વિવિધ મુદ્રાના અભ્યાસ માર્ગોના નિયમન માટે મદદ કરે છે કે જેના દ્વારા પ્રાણ અથવા જીવનબળ સમગ્ર શરીરમાં વહે છે.

આ પ્રકારની સંભવિત ઊર્જા પેદા કરશે અને તે સંબંધિત શરીરના ભાગોને તેમજ મન અને આત્માને પણ યોગ્ય પોષણ આપે છે.આ અદ્રશ્ય ઊર્જા વિધુતયુંબકીય તરંગોની જેમ કામ કરશે. ટૂંકમાં, યોગમુદ્રા, શરીરના અંગો, આધ્યાત્મિકતા, હકારાત્મક મનોસ્થિતિ, વિવિધ શરીરચક્રો બધા એકબીજા સાથે જોડાયેલ છે અને સંભવિત શક્તિ પેદા કરે છે.

***

૨. યોગામુદ્રા – વિજ્ઞાન અને આધ્યાત્મિક શક્તિ

એક "વૈજ્ઞાનિક આધ્યાત્મિક શક્તિ" તરીકે યોગામુદ્રા

માનવહાથની પાંચ આંગળીઓના જ્ઞાન દ્વારા, તત્વયોગ મુદ્રા સ્વતંત્રયોગ તરીકે કરી શકાય છે.

મુદ્રા માનસિક સ્તરમાં અદ્દભુત ફેરફારો, આધ્યાત્મિકતા, શરીર અને મનુષ્ય માટે સુધારાઓ લાવી શકે છે. મુદ્રાઓ ઝડપથી શરીરના તત્વો સંતુલિત કરવામાં મદદ કરી શકે છે.

મુદ્રા નસો, રજ્જૂ, ગ્રંથીઓ, જ્ઞાનેન્દ્રિયો વગેરેના ફેરફારોમાં અસર કરશે.

મુદ્રામાં કોઇ પણ પૂર્વ તૈયારીઓ જરૂરી નથી. અમુક મુદ્રાને બાદ કરતાં ઘણી મુદ્રાઓ કોઇ પણ સ્થળે કરી શકાય છે.

મુદ્રામાં ચોક્કસ દૂરસ્થ નિયંત્રણ સક્રિયતા છે કે જે હેતુનાસાર ઝડપી અને અસરકારક ફેરફારો લાવે છે. તે વાસ્તવિક કાયમી ફેરફારો લાવવા મદદ કરે છે. મુદ્રાનો એક સતત અભ્યાસ માનવશરીરમાં વિનાશક ફેરફારો રોકી અથવા ધીમા કરી શકે છે. તે એક સારી, સામાજિક મૈત્રીપૂર્ણ, અહિંસક, ધાર્મિક અને સારા પાત્ર વિકાસમાં મદદ કરી શકે છે.

કેટલીક મુદ્રા 45 મિનિટમાં શરીરના તત્વો સંતુલિત કરી શકે છે; કેટલીક માનવ શરીરમાં પળવારમાં પ્રતિક્રિયા આપે છે.

પ્રાચીન માન્યતા મુજબ 24 તપાસ તત્વો હતા, ગાયત્રી મંત્રમાં 24 શબ્દો છે, જૈનના 24 તીર્થંકરો હોય છે અને સનાતન ધર્મના 24 અવતાર છે. ગાયત્રી મંત્રના 24 શબ્દોનો 24 મુદ્રા સાથે ખાસ

સંબંધ છે જે ગાયત્રી મુદ્રા તરીકે ઓળખાય છે. તેના અલગ અલગ નામો અને ગોઠવણી હોય છે. મોટા ભાગની મહત્વની અને ઉપયોગી મુદ્રાઓ આ પુસ્તકમાં આવરેલ છે.

મુદ્રા વૈશ્વિક ઊર્જા જગાડે છે તથા આત્મા અને પરમાત્મા વચ્ચે જોડાણ સાધવા મદદ કરે છે.

***

૩. યોગમુદ્રાની સામાન્ય માર્ગદર્શિકા

યોગામુદ્રા શરીરમાં ઊર્જા વિકાસ કરશે; યોગમુદ્રા મહતમ રીતે ફાયદાકારક છે, જો આપણે હાથમુદ્રાના અભ્યાસ સાથે સતત અને સંકેન્દ્રિત શ્વાસ પૂરા પાડીએ તો. "સુખાસન", "પદ્માસન" અથવા "વજ્રાસન" ની બેઠક યોગમુદ્રાના સંભવિત પરિણામ માટે શ્રેષ્ઠ છે. ઊંડાલયબદ્ધ શ્વાસ લો, જો શક્ય હોય તો કોઈ પણ આધ્યાત્મિક મંત્ર ગાન કરવા અથવા "ૐ" મંત્રજાપ કરી શકો છો.

સમાન સમયગાળા અને લયબદ્ધ પ્રવાહથી શ્વાસોચ્છવાસ કરવો. આ પ્રક્રિયામાં ક્રમશઃ વધારો કરવો જોઇએ. ઉદાહરણ તરીકે, જો 30 મિનિટનું ધ્યાન હોય તો 10 મિનિટ પછી તેને મંત્રગાન અથવા શ્વાસની વિવિધ પ્રગતિશીલ ઝડપ માટે તોડો. પ્રથમ 10 મિનિટ (ધીમીઝડપ), પછી 10 મિનિટ (મધ્યમઝડપ) અને છેલ્લી 10 મિનિટ (ઝડપીગતિ). શ્વાસોચ્છવાસની કસરત મનની તાજગી વધારશે અને શરીરને આરામ આપશે.

આપણે "સો-હમ" મંત્રગાન પણ કરી શકીએ છે. જ્યારે શ્વાસ લો ત્યારે "સો" બોલો અને શ્વાસ બહાર મૂકો ત્યારે "હમ".

પ્રાથમિક તબક્કે "પદ્માસન" અથવા "વજ્રાસન"ની બેઠક, લયબદ્ધ શ્વાસ અથવા મંત્રગાનમાં કેટલીક મુશ્કેલીઓ રહેશે. પરંતુ તે કેટલાક વખત પછી રોજિંદુ થઇ જશે.

આ લયબદ્ધ પ્રક્રિયા દરમિયાન હૃદયના ધબકારા પર ધ્યાન કેન્દ્રિત કરવું અને આંખોને "જ્ઞાનચક્ર" પર અથવા આંખો વચ્ચેના કેન્દ્ર પર કેન્દ્રિત કરવી જોઇએ.

૪. મુદ્રા અભ્યાસ માટે માર્ગદર્શિકા

1. મુદ્રાનો અભ્યાસ ધ્યાન સ્થિતિમાં બેસીને અથવા ખુરશી પર ટટ્ટાર બેસીને કરવો જોઇએ.

2. અભ્યાસ ભરેલા પેટે ન થવો જોઇએ.

3. બેચેની અથવા શરીરના કોઇપણ ભાગમાં પીડાના કિસ્સામાં મુદ્રા અભ્યાસ બંધ કરી શકાય છે અથવા મન કેન્દ્રિત કરી શકાતું નથી.

4. મુદ્રાની શરૂઆત કરતાં પહેલાં તેના લાભો અને સાવધાનીઓની જાણકારી હોવી મહત્ત્વની છે.

5. મુદ્રા હાથના સાચા બિંદુઓ દબાવીને કરવી જોઇએ.

6. મુદ્રાનો સર્વોત્તમ લાભ બંને હાથ સાથે અભ્યાસ કરીને પ્રાપ્ત કરી શકાય છે.

7. ઇચ્છિત અને કાયમી પરિણામો મેળવવા માટે નિયમિત અને એકધાર્યો અભ્યાસ મહત્ત્વનો છે.

8. જો મુદ્રા ખાસ રોગોને ટાળવા કરવામાં આવી હોય તો પરિણામો હાંસલ થયા પછી તે જ મુદ્રાનો અભ્યાસ નિયમિત ન કરવો જોઇએ.

9. મુદ્રાનો આધ્યાત્મિક અભ્યાસ ઉપચાર માટે કરી શકાય છે, મુદ્રા પર વિજય મેળવવા માટે 45 મિનિટ અભ્યાસ કરવો જોઇએ.

***

પ. યોગમુદ્રાઃ વિવિધ પ્રકાર

1) જ્ઞાનમુદ્રા
2) વાયુમુદ્રા
3) શૂન્યમુદ્રા
4) અપાનવાયુ અથવા હૃદયમુદ્રા
5) અપાનમુદ્રા (પાયનમુદ્રા)
6) સૂર્યમુદ્રા
7) પ્રાણમુદ્રા (જીવનમુદ્રા)
8) પૃથ્વીમુદ્રા
9) વરુણમુદ્રા (પાણીમુદ્રા)
10) આકાશમુદ્રા
11) શંખમુદ્રા
12) મિયોમુદ્રા
13) હાકિની મુદ્રા
14) ફેફસાં અથવા અસ્થમામુદ્રા
15) સુરભીમુદ્રા
16) પાછામુદ્રા
17) કુબેરમુદ્રા / સંપત્તિમુદ્રા
18) કુંડલિનીમુદ્રા
19) રુદ્રમુદ્રા
20) ગરૂડમુદ્રા
21) ધર્મચક્રમુદ્રા
22) વરદમુદ્રા
26) વિતર્કમુદ્રા
27) કમળમુદ્રા
28) પુષ્પપુતામુદ્રા
29) ધ્યાનીમુદ્રા
30) મુકુલમુદ્રા
31) સંયુક્તમુદ્રા
32) વજ્રમુદ્રા
33) સમાનવાયુમુદ્રા
34) મૃગીમુદ્રા (હરણચહેરોમુદ્રા)
35) લિંગમુદ્રા
36) શક્તિમુદ્રા
37) મહાત્રિકાસ્થીમુદ્રા
38) ભ્રામરામુદ્રા
39) ઉત્તરાબોધીમુદ્રા
40) ત્સેમુદ્રા
41) મહાશિર્ષમુદ્રા
42) મુષ્ટિમુદ્રા
43) માતંગીમુદ્રા
44) મકરમુદ્રા
45) અભયમુદ્રા
46) બિનઝેરીકરણમુદ્રા
47) ગણેશમુદ્રા
48) કલેશ્વરમુદ્રા
49) ગતિશીલમુદ્રા

૬. યોગમુદ્રા: કેવીરીતે કરવી અને ફાયદાઓ

વિવિધ યોગમુદ્રા અને વિશેષતા

1) જ્ઞાનમુદ્રા

સૌમ્ય દબાણથી તર્જનીની ટોચ અંગૂઠા સાથે સંપર્કમાં લાવો, જ્યારે અન્ય 3 આંગળીઓ રેખાચિત્ર મુજબ મુક્ત રાખવી. હથેળીનું મુખ આકાશ તરફ હોવું જોઈએ.

<u>સમયઅવધિ:</u>

આ મુદ્રા માટે કોઈ ચોક્કસ સમયગાળો નથી. આપણે આનો અભ્યાસ બેસીને, ઊભા રહીને અથવા સૂતી વખતે ગમે ત્યારે અને ગમે ત્યાં થઈ શકે છે. આ તબક્કા દરમિયાન, તમારા હૃદયના ધબકારા અને શ્વાસ પર ધ્યાન કેન્દ્રિત કરો.

<u>વિશેષતા: -</u>

a. તણાવ અને હતાશા ઘટાડે છે.

b. અનિદ્રા નિયંત્રિત કરવામાં આવશે.

c. બુદ્ધિ તીવ્ર કરેછે.

d. ભાવનાત્મક અસ્થિરતા પર નિયંત્રણ.

e. માનસિક બીમારી, સુખ અને બુદ્ધિ વિકાસમાં અસરકારક.

f. સ્મરણશકિતમાં વધારો, જ્ઞાન અને બુદ્ધિ-આંક (I.Q.) સુધારવા

g. સારી એકાગ્રતા અને ધ્યાન.

h. હકારાત્મક વિચારો અને વલણ સુધારે છે અને 3 અઠવાડિયાના સમયમાં નકારાત્મક વિચારો દૂર કરે છે.

i. મનની શાંતિ અને કર્ણપ્રિય સંગીત સાથે આ મુદ્રા કરવી માથાના દુખાવા માટે શ્રેષ્ઠ છે.

j. મધુપ્રમેહ, તનાવ, તાણ અને લોહીનું દબ્બાણ નિયંત્રણ કરે છે.

k.ક્રોધ અને ઈર્ષ્યા ઘટાડે છે તથા સુખ અને સંતોષ લાવે છે. તે "શિવ-શક્તિ" ની એકતાનું પ્રતિનિધિત્વ કરતું પ્રતીક છે.

l. તે આળસ અથવા પ્રમાદ દૂર કરશે.

2) વાયુમુદ્રા

રેખાચિત્રની જેમ તર્જની વાળીને અંગૂઠાના મૂળ પર મૂકો. અંગૂઠા સાથે તર્જની લોક કરીને થોડું સૌમ્ય દબ્બાણ આપો.

<u>સમયઅવધિ:</u>

આમુદ્રા 45 - 48 મિનિટ સુધી કરી શકાય છે. મહેરબાની કરીને તેને જરૂરિયાત મુજબ કરવી.

સારા પરિણામોમા ટેબે મહિના સુધી અભ્યાસ કરો. જયારે પેટની મુશ્કેલી દૂર થાય ત્યારે મુદ્રા અટકાવી દેવી જોઇએ.

<u>વિશેષતા:</u>

a. આ મુદ્રા 10-15 મિનિટમાં અનિચ્છનીય ગેસ / હવા મુક્ત કરવા માટે વપરાય છે.

b. પીઠનો દુખાવો, પેટમાં દુખાવો, સમાંતરણ દુખાવો દૂર કરી શકાય છે.

c. શારીરિક પીડા, ગરદનની પીડા, ઘૂંટણ અને સાંધામાં દુખાવો ઘટાડી શકાય છે.

d. જઠરનો સોજો, ગેસ સમસ્યા, વાત, અપચો વગેરે ઘટાડે છે,

e. હવા/ પવનના કારણે શરીરમાં 80% વેદનાઓ પેદા થાય છે. આ મુદ્રા બધા સંબંધિત દુખાવાઓ નિયંત્રિત કરશે.

f. તે લોહીની અશુદ્ધિઓની સારવાર અને હૃદયરોગો નિયંત્રિત કરે છે.

g. તે પેટમાં ગેસ / હવાની ગરબડ સુધારશે.

3) શૂન્યમુદ્રા

સૌમ્ય દબાણથી મધ્યમાની ટોચ અંગૂઠાના મૂળ પર રાખી અન્ય આંગળીઓ સીધી રાખો. મહેરબાની કરીને આ મુદ્રા ઉપયોગ દોડતા કે ખાતા કરવો નહીં.

<u>સમયઅવધિ:</u>

રોગ સાધ્ય થાય ત્યાં સુધી રોજ 40 થી 60 મિનિટ માટે અભ્યાસ કરવો. જ્યારે પેટની મુશ્કેલી દૂર થાય ત્યારે મુદ્રા અટકાવી દેવી જોઇએ.

<u>વિશેષતા:</u>

a. ફૂગ જેવા કાનના ચેપ દૂર કરી શકાય છે.

b. કાનની પીડા દૂર કરી શકાય છે.

c. તે ગળાના ચેપ માટે ઉપયોગી છે અને થાઇરોઇડ સમસ્યાઓની સારવાર પણ કરે છે.

d. તે કાનથી અનિચ્છનીય અવાજ દૂર કરશે.

4) અપાનવાયુ અથવા હૃદયમુદ્રા

મધ્યમા અને અનામિકાની ટોચ અંગૂઠાની ટોચને સ્પર્શ કરે અને તર્જનીની ટોચ અંગૂઠાના મૂળને અડે છે અને ટચલી આંગળી સીધી રહે છે. તે અપાનમુદ્રા અને વાયુમુદ્રાનું સંયોજન છે. આ મુદ્રાનો નિયમિત અભ્યાસ હૃદય હુમલા, ધબકારા વધવા, દબાણ અને હૃદયના દર્દ અટકાવશે. આ મુદ્રા હૃદયના દર્દીઓ અને બીપીના દર્દીઓ માટે શ્રેષ્ઠ છે.

સમયઅવધિ:

આ મુદ્રા એક દિવસમાં બે વખત એક સમયે ઓછામાં ઓછી 16 મિનિટ માટે કરી શકાય છે.

વિશેષતા:

a. જો મુદ્રા નિયમિત કરવામાં આવે તો હૃદયરોગોમાંથી મુક્તિ મેળવી શકાય.

b. હૃદયરોગનો હુમલો ટાળી શકાય છે.

c. આંખની કેપની સમસ્યાઓની સારવાર કરે છે.

d. પેટમાં ઉપાર્જિત ગેસ મુક્ત કરે છે. દબાણ અને આધાશીશીમાં સહાયરૂપ થાય છે.

• • •

e. ચેતા પ્રણાલીનું નિયંત્રણ, રુધિરાભિસરણતંત્રનું સંતુલન, મળવિસર્જન કરનાર પ્રણાલી અને નકારાત્મક દબાણ તટસ્થ કરે છે.

f. વાત, પિત્ત, અને કફ પર નિયંત્રણ.

g. કઠોર પીડા અને સાંધાનો દુખાવો ઝડપથી દૂર કરે છે.

h. હૃદય અવરોધના મુદ્દાઓનો ઉપચાર.

5) અપાનમુદ્રા (પાચનમુદ્રા)

સૌમ્ય દબાણ આપીને મધ્યમા અને અનામિકાને અંગૂઠાની ટોચ સાથે સ્પર્શ કરો. ટચલી આંગળી અને તર્જની સીધા ઉપર રાખો. બંને હાથ દ્વારા તે કરવી.

સમયઅવધિ:

તે સવારે અને સાંજે 40 મિનિટ સુધી કરી શકાય છે. વધુ પરસેવો અને અધિક પેશાબ થઇ શકે છે.

વિશેષતા:

a. પેટપ્રદેશ ખૂબ મજબૂત બનાવે છે.

b. ગેસ સમસ્યાઓ અને ડાયાબિટીસ નિયંત્રણ કરે છે.

c. કિડનીના પત્થરો દૂર કરી કિડની મજબૂત કરે છે અને પેશાબના માર્ગમાં અધરોધ દૂર કરે છે.

d. દંત પીડા દૂર કરે છે.

e. વાયુનું ઊંચું દબાણ નિયંત્રિત કરે છે.

f. સગર્ભાસ્ત્રીઓ ગર્ભાવસ્થા દરમિયાન આ મુદ્રા કરી શકે છે. આ મુદ્રાનો અભ્યાસ, સ્ત્રીઓ પ્રસવકાળ સુધી કરી શકે છે. જેનાથી પ્રસવ આરામદાયક અને કુદરતી બની જાય છે.

g. શરીરની ઉચ્ચ ગરમી પરસેવા સ્વરૂપે દૂર કરી શકાય છે.

<u>સાવચેતી:</u>

આ મુદ્રા સગર્ભા સ્ત્રીઓએ 8 મહિના સમાપ્ત થતાં પહેલાં ઉપયોગ ન કરવી જોઇએ. સામાન્યરીતે આ મુદ્રાનો ઉપયોગ દિવસમાં 3 - 4 વખત 10 મિનિટના અંતરાલ સાથે કરી શકાય છે. મુદ્રા અભ્યાસ સુરક્ષિત સામાન્ય પ્રસવની ખાતરી આપશે.

6) સૂર્યમુદ્રા

અનામિકાની ટોચ અંગૂઠાના તળિયે રાખો અને અંગૂઠા સાથે અનામિકા લોક કરી આકૃતિમાં દર્શાવ્યા મુજબ થોડું દબાણ આપો.

<u>સમયઅવધિ:</u>

દરરોજ બે વાર 10-15 મિનિટ અભ્યાસ કરો.

<u>વિશેષતા:</u>

a. શરીરમાં કોલેસ્ટેરોલ નિયંત્રણ અને વજન ઘટાડવા માટે મદદ કરે છે.

b. તે ગભરાટ ઓછો કરે છે.

c. તેનાથી થાઇરોઇડ ગ્રંથિનું કેન્દ્ર તીવ્ર બનશે.

d. શરીર અને સ્થૂળતાનું સંતુલન કરે છે અને શરીરનું વજન ઘટાડે છે.

e. સારા પાચન માટે શરીરમાં ગરમી વધારે છે.

f. તે વ્યક્તિને સૂર્ય જેવા ઉદ્યમી બનાવે છે.

g. તે ડાયાબિટીસ, કોલેસ્ટ્રોલ અને ચરબી સંબંધિત સમસ્યાઓ નિયંત્રિત કરશે.

h. તીવ્ર માથાનો દુખાવો અને તણાવ ઘટે છે.

7) પ્રાણમુદ્રા (જીવનમુદ્રા)

અંગૂઠા સાથે ટચલી આંગળી અને અનામિકાની ટોચ જોડીને હલકું દબાણ આપો.

સમયઅવધિ:

તે કોઇ પણ જગ્યાએ અથવા કોઇ પણ સમયે કરી શકાય છે. તે ઓછામાં ઓછી 12 મિનિટ અને વધુમાં વધુ 45 મિનિટ કરવાથી ઉપયોગી થશે.

વિશેષતા:

a. આ મુદ્રાથી આત્મવિશ્વાસ વધશે.

b. તે પ્રાણ ઊર્જામાં વધારો કરશે.

c. તે ઊર્જા વધારવા માટે શરીરને મદદ કરશે અને ખોરાક અથવા પાણીની અછતમાં શરીર ટકાવી રાખે છે.

d. તેનાથી આંખની દ્રષ્ટિ અને આંખોની ગતિશીલતામાં સુધારો થશે.

e. શક્તિમાં વધારો કરી શકે છે.

f. તે રક્તવાહિનીઓના અવરોધો ઘટાડે છે. નિયમિત અભ્યાસ નસોને સક્રિય કરવામાં મદદરૂપ થશે.

g. તે પ્રતિકાર સુધારે છે.

h. સંબંધિત આંખોના રોગો ઘટાડે છે.

i. તે વિટામિનની ઉણપ અને નબળાઇનો સેતુ છે.

8) પૃથ્વીમુદ્રા

અનામિકાની ટોચને અંગુઠા સાથે સૌમ્ય દબાણથી સ્પર્શ કરો. અન્ય આંગળીઓ સીધી રાખો. બંને હાથ દ્વારા તે કરવી.

<u>સમયઅવધિ:</u>

પૃથ્વીમુદ્રા એક સમયે 24 મિનિટ માટે અથવા મહત્તમ 45 મિનિટ જરૂરિયાત મુજબ કરી શકાય. તેનો કોઈ ચોક્કસ સમયગાળો નથી. તે કોઇ પણ સમય કરી શકાય છે.

<u>વિશેષતા:</u>

a. શરીરમાં શક્તિ વધારે છે, નબળાઇ દૂર કરે છે. કોઇનું વજન ઓછું હોય તો વધારી શકાય છે.

b. શરીરની પીડા ઘટાડે છે, શરીર ખડતલ અને તંદુરસ્ત બનાવે છે.

c. શરીરમાં વિટામિનનો વપરાશ વધારે છે જેના લીધે ચહેરાનું તેજ વધે છે.

d. પાચનશક્તિ સુધારે છે અને ઊંચા ચરબી સંબંધિત રોગો દૂર કરે છે.

e. માનસિક એકાગ્રતા વધે છે.

f. વ્યક્તિમાં દયા, નિખાલસતા, ધીરજ જેવા સારા ગુણો વધે છે.

g. ઠંડી અને ચરબી દૂર કરે છે.

h. તે નબળા લોકોને વજન વધારવા માટે મદદ કરે છે.

i. તે ત્વચાનો દેખાવ સુધારે છે અને ત્વચાને તેજસ્વી બનાવે છે.

9) વરૂણમુદ્રા (પાણીમુદ્રા)

ટચલી આંગળીની ટોચ અંગુઠાની ટોચને સ્પર્શ કરશે અને અન્ય આંગળીઓ સીધી રહેશે.

<u>સમયઅવધિ:</u>

પૃથ્વી મુદ્રા એક સમયે 24 મિનિટ માટે અથવા

મહત્તમ 45 મિનિટ જરૂરિયાત મુજબ કરી શકાય. તેનો કોઇ ચોક્કસ સમયગાળો નથી. તે કોઇ પણ સમયે કરી શકાય છે.

<u>વિશેષતા:</u>

a. પાણીની તંગીના કારણે રક્ત ગુણવત્તા સુધારે છે.

b. તે શરીરને તાજગી આપે છે.

c. તે ત્વચાના રોગો માટે એક પ્રકારની ચમત્કારીક મુદ્રા છે. ત્વચાનું મંદપણું, રક્તની બીમારી જેવા રોગો દૂર કરે છે.

d. તે શરીરમાં પાણીને નિયંત્રિત કરે છે જે લોહીની શુદ્ધિમાં પરિણમે છે.

e. તે શરીરમાં પાણીનું સ્તર જાળવી રાખે છે. તમામ રોગો જે પાણી નીયા સ્તર મારફતે આવે તેને અટકાવે છે.

10) આકાશમુદ્રા

આ મુદ્રા સાથે અંગૂઠો અને મધ્યમાની ટોચ જોડીને કરી શકાય છે.

<u>સમયઅવધિ:</u>

ગમે ત્યારે અને ગમે ત્યાં આ મુદ્રા કરી શકાય છે. દરરોજ 30 થી 45 મિનિટ અથવા દિવસમાં

ત્રણ વખત 10-15 મિનિટ કરી શકાય. વધુ સારું પરિણામ સવારે બે વાગ્યાથી સાંજના છ વાગ્યાની વચ્ચે પ્રાપ્ત કરી શકાય છે જો તે આ સમયે કરી શકાય.

<u>વિશેષતા:</u>

a. તે હાડકાંની નબળાઇ દૂર કરવા માટે મદદ કરશે.

b. અદ્ભુત ઉત્પાદક વિચારો વિકસાવવા માટે મદદ કરે છે.

c. બહેરાશની સમસ્યા દૂર કરો.

d. માઇગ્રેન (આધાશીશી), છાતીમાં દુખાવો (દમ / ચેપ) અને કાનની સમસ્યાઓ (ચેપને કારણે) દૂર કરે છે.

e. હાઈ બ્લડપ્રેશર અને અનિયમિત હ્રદય ઘબકારાનું નિયંત્રણ કરે છે.

<u>સાવચેતી:</u> આ મુદ્રા ચાલતી વખતે ટાળવી જોઇએ. જે વ્યક્તિઓને "વાતપ્રકૃતિ" (બંધારણ) હોય તેમણે ખૂબ જ નિયંત્રિત સ્તરે આ મુદ્રા કરવી જોઇએ.

11) શંખમુદ્રા

જમણા હાથની ચાર આંગળીઓ વડે ડાબા હાથના અંગુઠાને બંધ કરો. જમણા હાથના અંગૂઠો ડાબા હાથની મધ્યમાની ટોચને સ્પર્શ કરશે. હવે તમારી છાતીના વિસ્તારમાં મુદ્રા રાખી "ઓમ" મંત્રજાપ કરો.

સમયઅવધિ:

દરરોજ 45 મિનિટ અથવા એક દિવસમાં ત્રણવાર 10 - 15 મિનિટ માટે દરરોજ આ મુદ્રાનો અભ્યાસ કરવો.

વિશેષતા:

a. ભાષ્ય ક્ષતિ દૂર કરે છે.

b. પેટની પીડા ઘટાડે છે.

c. તે માનવ લાગણીઓનું સંતુલન અથવા નિયંત્રણ કરશે.

d. હિન્દૂ ધર્મ મુજબ મહત્વ એ છે કે જ્યારે શંખ ફૂંકવામાં આવે ત્યારે હવા શુદ્ધ થાય છે. એ જ રીતે આ મુદ્રાનો અભ્યાસ સમગ્ર માનવશરીર / આત્માની શુદ્ધિ કરે છે.

12) મિઓ મુદ્રા

આ મુદ્રા બંને હાથ સાથે એક મૂક્કો બનાવે છે અને આંગળીઓ દ્વારા હથેળીની મધ્યમાં દબાણ આપવામાં આવે છે. તર્જનની ટચલી આંગળી અને અંગૂઠો સીધા રહે છે. આ મુદ્રા સુખાસન અથવા પદ્માસનમાં જ કરવી જોઇએ.

સમયઅવધિ:

દરરોજ 45 મિનિટ અથવા એક દિવસમાં ત્રણવાર 10 - 15 મિનિટ માટે દરરોજ આ મુદ્રાનો અભ્યાસ કરવો. એક સમયે એક બેઠકે કરવામાં આવે તો તે વધુ મદદરૂપ થશે.

વિશેષતા:

a. તે ઊંચા અને નીચા બ્લડપ્રેશર નિયંત્રિત કરશે અને શરીરમાં મહત્તમ બ્લડપ્રેશર જાળવશે.

13) હકિનીમુદ્રા

બધી આંગળીઓની ટોચ સાથે મળીને હથેળીમાં ગોળાકાર બનાવે છે. આ મુદ્રા હૃદય નજીક રાખો. તમે ઉપર તરફ જુઓ અને હવેમાં જ્યારે તમે તમારી જીભ તમારા

મોંની ટોચ પર મૂકો ત્યારે શ્વાસ લો અને જ્યારે તમારી જીભને મોંની નીચે બાજુ જવાની પરવાનગી આપો ત્યારે શ્વાસ બહાર મૂકવો.

<u>સમયઅવધિ:</u>

આ મુદ્રા ગમે ત્યાં અને કોઈ પણ સમયે કરી શકાય છે. આ અભ્યાસ ઘણી વખત કરાય છે.

<u>વિશેષતા:</u>

a. જ્યારે તમે કંઈક ભૂલી અને તે યાદ કરવા માંગો છો આ મુદ્રા ઉપયોગી છે.

b. એકાગ્રતા અને મેમરીમાં સુધારો થાય છે.

c. મગજના ડાબા અને જમણા ગોળાર્ધ વચ્ચે સંકલન સાધવા પ્રયાસ કરે છે.

d. કોઈ આડઅસર થતી નથી.

e. મનની શાંતિ અને એકાગ્રતા વધારે છે.

14) ફેફસાં અથવા અસ્થમા મુદ્રા

આકૃતિમાં દર્શાવ્યા મુજબ બંને હાથના મધ્યમાના નખ એકબીજા સાથે દબાવો અને અન્ય આંગળીઓ સીધી રહેશે.

<u>સમયઅવધિ:</u>

આ મુદ્રા બેઠકની સ્થિતિમાં એક દિવસમાં ત્રણ વાર 5 મિનિટ માટે કરી શકાય છે.

<u>વિશેષતા:</u>

a. નિયમિત અભ્યાસ અસ્થમાનો ભાવિ હુમલો ટાળશે.

b. તે શ્વાસના સ્નાયુઓને આરામ આપશે.

15) સુરભીમુદ્રા

આ મુદ્રા દરેક હાથની અનામિકાને અન્ય હાથની ટચલી આંગળીની ટોચ સાથે જોડવાથી બને છે. તેવી જ રીતે દરેક હાથની મધ્યમાને અન્ય હાથની તર્જનીની ટોચ સાથે જોડવી. બે અંગૂઠા સીધા રહેશે.

સમયઅવધિ:

દરરોજ 45 મિનિટ અથવા એક દિવસમાં ત્રણ વાર 10 - 15 મિનિટ માટે દરરોજ આ મુદ્રાનો અભ્યાસ કરવો. એક સમયે એક બેઠકે કરવામાં આવે તો તે વધુ મદદરૂપ થશે.

વિશેષતા:

a. જ્યારે ટચલી આંગળી અનામિકા (પૃથ્વીતત્વ) સાથે જોડાય ત્યારે 'પિત્તદોષ' દૂર કરશે. મધ્યમા (આકાશતત્વ) તર્જની (વાયુતત્વ) સાથે જોડાય ત્યારે વાયુદોષ દૂર કરશે. જ્યારે બે અંગૂઠા (અગ્નિતત્વ) અલગ થઇ સીધા રહેશે ત્યારે કફ (ઉધરસ) દૂર કરશે.

b. નિયમિત અભ્યાસ પાંચ શરીર તત્વો જેમ કે પૃથ્વી, પાણી, પવન, અગ્નિ, આકાશને નિયંત્રિત કરશે અને તેથી વાત, પિત્ત, કફ નિયંત્રિત થશે.

c. તે નાભિયક સાફ કરશે અને તે પેટની સમસ્યા પણ દૂર કરે છે.

સુરભીમુદ્રાના પ્રકાર:

15.1) જલસુરભીમુદ્રા:

સુરભી મુદ્રા કર્યા પછી અંગૂઠા તે જ હાથની ટચલી આંગળીના મૂળ પર રાખો. તે જલસુરભીમુદ્રા છે.

<u>લાભ:</u>

- એસિડિટી દૂર થશે.

- કિડની અને મુતરડી સમસ્યાઓમાં ઉપયોગી છે.

15.2) પૃથ્વીસુરભીમુદ્રા:

સુરભીમુદ્રા કર્યા પછી અંગૂઠા તે જ હાથની અનામિકાના મૂળ પર રાખો. તે પૃથ્વી સુરભીમુદ્રા છે.

<u>લાભ:</u>

- પાચન પ્રણાલી સુધારે છે.

- બધી ઉઘરસ સંબંધિત સમસ્યાઓમાં ઉપયોગી છે.

- આળસ અને ભારેપણું દૂર કરશે.

- જ્ઞાનમુદ્રા પછી આ મુદ્રા ખૂબજ ઉપયોગી છે.

15.3) શૂન્યસુરભીમુદ્રા:

શૂન્યસુરભીમુદ્રા સુરભીમુદ્રા સાથે અંગૂઠાને તે જ હાથની મધ્યમાના તળિયે સ્પર્શ દ્વારા બનાવવામાં આવે છે.

<u>લાભ:</u>

- શ્રવણશક્તિ વધે છે.

- મન ખુશ અને સુખી થશે.

15.4) વાયુસુરભીમુદ્રા:

આ મુદ્રા સુરભીમુદ્રા કે વાયુસુરભીમુદ્રા તરીકે ઓળખાય છે જેની રચના બંને અંગૂઠાને તર્જનીના તળિયે મૂકીને બનાવવામાં આવેલ છે.

<u>લાભ:</u>

- બધી બીમારીઓ દૂર કરવા મદદ કરે છે.

- તે મન સ્થિર અને દૃઢ કરે છે.

- તટસ્થ વ્યક્તિ માટે ખૂબજ ફાયદાકારક.

16) કમરમુદ્રા

(L) ડાબો હાથ: તમારી તર્જનીના નખ પર અંગૂઠાનો સાંધો ધીરેથી દબાવો.અન્ય આંગળી સીધી રહેશે.

(R) જમણો હાથ: તમારા અંગૂઠાની ટોચ મધ્યમા અને ટચલી આંગળીઓની ટોચ પર નરમાશથી દબાવો.અનામિકા અને તર્જની સીધી રહેશે.

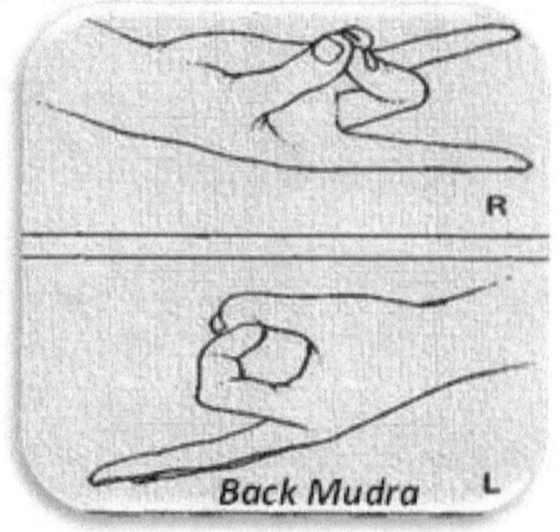

<u>સમયઅવધિ:</u>

પરિણામ પ્રાપ્ત નહીં થાય ત્યાં સુધી આ મુદ્રાનો ઉપયોગ કરવો. નહિતર દરરોજ 4 મિનિટ માટે 4 વખત આ મુદ્રા કરવી.

<u>વિશેષતા:</u>

a. પીઠનો દુખાવો દૂર કરી શકાય છે.

b. ભૌતિક અને આધ્યાત્મિક અવરોધો દૂર થશે.

c. ડાબી બાજુના હાથથી જ્ઞાનમુદ્રાની બને છે. જે શાણપણ અને બુદ્ધિમાં સુધારો કરે છે.

17) કુબેરમુદ્રા / સંપત્તિમુદ્રા

તે 'ત્રણઆંગળીમુદ્રા' અથવા 'સંપત્તિમુદ્રા' તરીકે પણ ઓળખાય છે. આ મુદ્રા ભગવાન કુબેર માટે સમર્પિત છે. અંગૂઠો, તર્જની અને મધ્યમાનો ઉપયોગ કરીને આ મુદ્રા બનાવવામાં આવે છે. તે અનુક્રમે મંગળ,

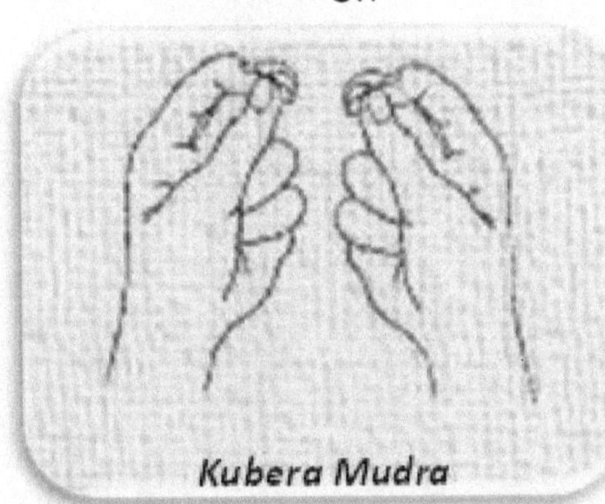

શનિ અને ગુરુ રજૂ કરે છે. દરેક સ્થિતિ માટે ચોક્કસ અસર હોવાનું માનવામાં આવે છે જેમકે 'મંગળ' સામર્થ્ય માટે, 'ગુરુ' ઉજ્જવળતા માટે અને 'શનિ' ઉત્કટતા માટે વપરાય છે. આ

મુદ્રા જરૂરી ઇચ્છા હાંસલ કરવા માટે ત્રણ બળો જોડાવા મદદ કરે છે.

સમયઅવધિ:

કુબેરમુદ્રા કરવા માટે સરળ છે અને કોઈ પણ સમયે ગમે ત્યાં અભ્યાસ કરી શકાય છે. આ મુદ્રાનો અભ્યાસ થોડા દિવસો અથવા અઠવાડિયા માટે દૈનિક એક કે બે વાર કરી શકાય છે.

વિશેષતા:

a. પૂર્ણવિશ્રામ, આત્મવિશ્વાસ અને મન શાંત કરવા માટે વપરાય છે.

b. તે વ્યક્તિને બળ અને શક્તિશાળી ઊર્જા સાથે લક્ષ્યો સુધી પહોંચવા માટે પણ મદદ કરે છે.

c. ઇચ્છિત પરિણામ હાંસલ કરવા માટે આ મુદ્રા હકારાત્મક ઊર્જા અને સ્પષ્ટ વિચારો સાથે થવી જોઇએ. તેના માટે સંપૂર્ણ મન કેન્દ્રિત હોવું જોઇએ. આ મુદ્રા આપણી ઇચ્છા હાંસલ કરવા માત્ર શક્તિ આપશે. તે લોકોને એકાગ્રતાની પ્રવિધિ વિકસાવવા માટેની કાળજીનું માર્ગદર્શન આપવામાં મદદ કરે છે.

18) કુંડલિનીમુદ્રા

બંને હાથ ઢીલા રાખવા. હવે ડાબાહાથની તર્જનીને જમણી હથેળીના તળીયે રાખો. આકૃતિમાં દર્શાવ્યા મુજબ જ્યારે જમણા હાથની 4 આંગળીઓ ડાબા હાથની તર્જની દ્વારા આવરી લેવાય ત્યારે જમણો અંગૂઠો ડાબી આંગળીની ટોચ પર રાખો.

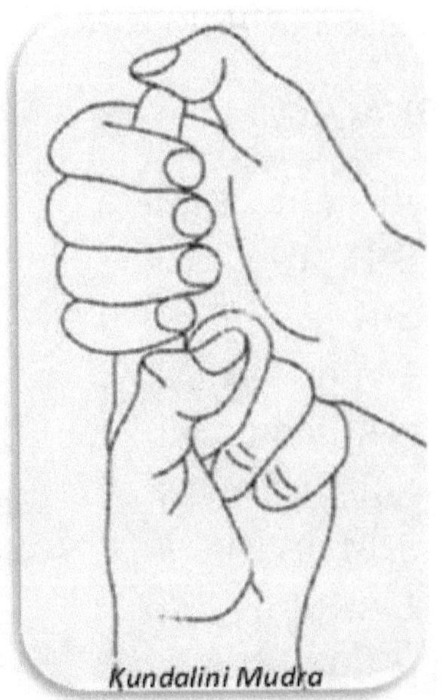
Kundalini Mudra

સમયઅવધિ:

આ મુદ્રા પેટની સામે જેમ બને તેમ નીચે રાખો. આ મુદ્રાનો જરૂરિયાત મુજબ અથવા જરૂરી પરિણામ પ્રાપ્ત થાય ત્યાં સુધી ઉપયોગ કરો. તે દિવસમાં 3 વાર 15 મિનિટ માટે કરી શકાય છે.

વિશેષતા:

a. આ મુદ્રા માનવજાતીય ઊર્જા સ્ત્રોતની મહાન શક્તિ તરફ દોરી જાય છે.

b. આ મુદ્રા નવીકરણ અને સર્જનાત્મકતાનો સંગ્રહ છે.

c. મુદ્રા શરીરને તાજગી આપવા સક્ષમ છે.

d. આ મુદ્રા ખાસ કરીને સ્ત્રીઓ માટે ફાયદાકારક છે. તે માસિક દરમિયાન સંચિત બેક્ટેરિયા અને ફૂગ દૂર કરે છે.

19) રુદ્રમુદ્રા

મોં અને છાતી ઉપર તરફ કરી કમર ટટ્ટાર રાખીને ખુશીથી બેસી જાવ. આ મુદ્રા માટે ખાસ કરીને પદ્માસન કે સુખાસનની સ્થિતિ યોગ્ય છે.

Rudra Mudra

નાક દ્વારા શ્વાસ લો અને બહાર મૂકો. મન એકાગ્ર કરો અને આપણે વર્તુળાકાર ચક્રની મધ્યમાં છે એમ વિચારો.

તમારા હાથ ઘૂંટણ પર રાખો અને બંને હાથની તર્જની, અંગૂઠા અને અનામિકાની ટોચ એકસાથે દબાવો. મધ્યમા અને ટચલી આંગળી સીધી રહેશે.

સમયઅવધિ:

5 મિનિટ માટે આ મુદ્રા રાખો. આ મુદ્રા દરરોજ 4-6 વખત કરી શકાય છે.

<u>વિશેષતા:</u>

a. આ મુદ્રા નબળાઇ દૂર કરે છે, શ્વાસોચ્છવાસ અને રક્ત દબાણનું નિયમન કરે છે અને એકાગ્રતા સુધારે છે.

b. તે દ્રષ્ટિ પણ સુધારે છે.

20) ગરૂડમુદ્રા

બંને હાથના અંગુઠા સાણસીની જેમ જોડાયેલા છે. જમણા હાથની હથેળી ડાબા હાથની હથેળી પર અંદર તરફ છે અને તે પેટની નીચે રાખો. શ્વાસ લો. આ સ્થિતિમાં 10 શ્વાસ લો. પછી હાથને નાભિ પર સરકાવો અને 10 શ્વાસ ગણો. પછી હાથને પેટની ઉપર રાખો અને પછીના 10 શ્વાસ સુધી ચાલુ રાખો. ક્રમશ: ખભા સુધી જાઓ અને આંગળીઓ ફેલાયેલી રાખો.

<u>સમયઅવધિ:</u>

શ્રેષ્ઠ પરિણામ માટે આ મુદ્રા એક દિવસમાં ત્રણ વખત ઓછામાં ઓછી 4-5 મિનિટ કરવી.

<u>વિશેષતા:</u>

a. ગરુડમુદ્રાનો ઉપયોગ કેટલાક રોગોની પીડા અથવા આંતરિક મુશ્કેલીઓમાંથી મુક્ત થવા માટે કરી શકાય છે.

b. આ મુદ્રા રક્તપ્રવાહ અને પરિભ્રમણ સક્રિય કરે છે.

c. આ મુદ્રા કરવાથી થાક જશે.

21) ધર્મચક્રમુદ્રા

આ મુદ્રામાં પ્રથમ આપણે બંને હાથ છાતી સામે ઉપર તરફ લેવા પડશે. જ્યાં જમણો હાથ ડાબા હાથથી થોડો વધુ ઉપર હશે. હવે બંને

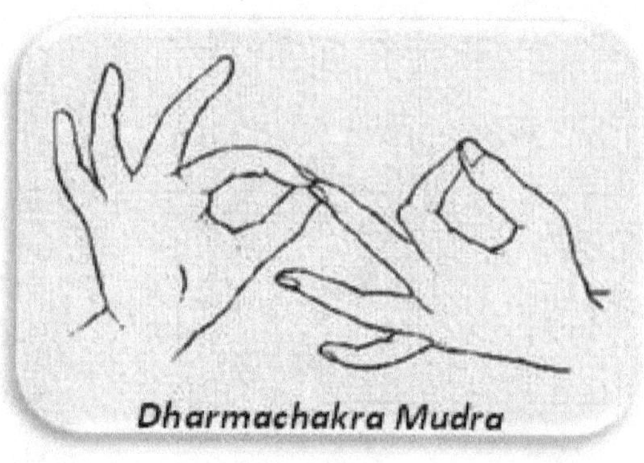

હાથના અંગૂઠા અને તર્જની જોડો. ડાબા હાથની હથેળી હૃદય તરફ જ્યારે જમણા હાથનો પાછળનો ભાગ શરીર તરફ રહેશે.

ડાબા હાથની મધ્યમા જમણા હાથના તર્જની અને મધ્યમા રચિત વર્તુળને સ્પર્શ કરશે.

આમ કરતાં ઊંડા, ધીમા અને સંકેન્દ્રિત શ્વાસ લો.

અભ્યાસીઓએ મુદ્રા પર ધ્યાન કેન્દ્રિત કરવું કે ત્રણે આંગળીઓ કઈ રીતે એકબીજાને સ્પર્શે છે. આપણે આ મુદ્રા કર્યા પછી શરીરમાં કેવા પરિવર્તનો આવે છે તેનું વિશ્લેષણ કરવું જોઈએ.

<u>સમયઅવધિ:</u>

તે ગમે ત્યાં અને ગમે ત્યારે કરી શકાય છે.

<u>વિશેષતા:</u>

a. એકાગ્રતામાં વધારો થશે.

b. જીવનમાં હકારાત્મકતા આવે છે.

c. મનની શાંતિ વધારો અને જીવનમાં આશાવાદી રહેવા માટે મદદ કરે છે.

d. મૂડ બદલાતી પરિસ્થિતિ પર નિયંત્રણ કરવા માટે ક્ષમતા આપે છે.

22) વરદમુદ્રા

ડાબા હાથની ચેતરફ અને હથેળી આકાશ તરફ રાખો. હવે જમણો હાથ પગ/જાંઘ પર રાખો.

<u>સમયઅવધિ:</u>

તે ગમે ત્યાં અને ગમે ત્યારે કરી શકાય છે.

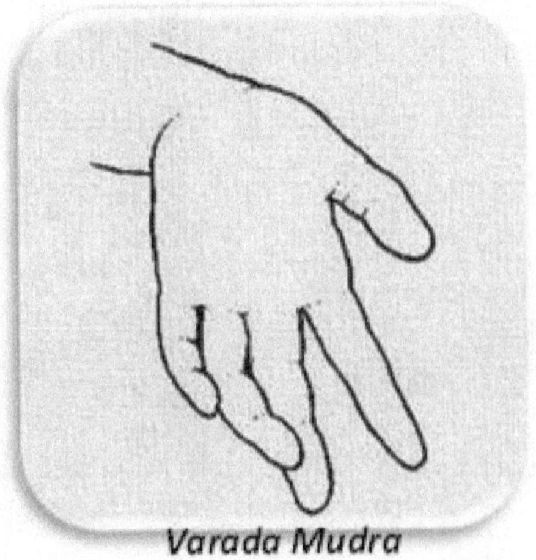
Varada Mudra

<u>વિશેષતા:</u>

a. આ મુદ્રા સમૃદ્ધિ અને સુખદ મન આપશે.

b. આ માફી અને દયાસ્થિતિ છે. માફી માટે ખૂબ જ હકારાત્મક નિશાની.

23) અંજલીમુદ્રા

અંજલિમુદ્રા અર્થાત "નમસ્તે" અને તે નિયમિત શુભેચ્છાઓ આપવા વપરાય છે.

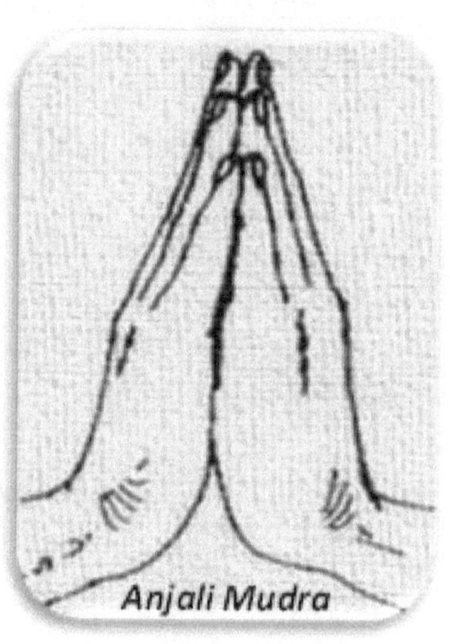

બંને હથેળીની આગળની બાજુઓ સાથે જોડાય ત્યારે તે અંજલીમુદ્રા તરીકે ઓળખાય છે.ભારતીય સંસ્કૃતિમાં આ મુદ્રા ઘણીવાર લોકોને આવકારવા માટે પણ વપરાય છે.

<u>સમયઅવધિ:</u>

તે ગમે ત્યાં અને ગમે ત્યારે કરી શકાય છે.

<u>વિશેષતા:</u>

a. બંને હથેળીઓ ભેગી કરવાથી મગજના જમણાં અને ડાબાં ગોળાર્ધ જોડાશે.

b. આ મુદ્રા અભ્યાસુને આધ્યાત્મિકતા સાથે જોડશે. તે સ્વ અને અન્ય લોકો માટે આદરને આધાર આપે છે.

c. આ મુદ્રા તણાવ અને હતાશા માટે કુદરતી ઉપાય છે. તે ધ્યાન સ્થિતિમાં દાખલ કરવા માટે એક શક્તિશાળી અને ઉપયોગી મુદ્રા છે.

24) ભૂમિસ્પર્શમુદ્રા

આ સૌથી જૂની હાથ મુદ્રાઓ છે, ભૂમિસ્પર્શનો અર્થ 'પૃથ્વીને સ્પર્શ' થાય છે અને આ મુદ્રા સંચાર અને આત્માભિવ્યક્તિની એક સ્થિતિ કે જેમાં હાથના હાવભાવ

અને આંગળીની મુદ્રાનો સમાવેશ થાય છે. ભૂમિસ્પર્શમુદ્રા 'પૃથ્વીસાક્ષી' મુદ્રા તરીકે પણ ઓળખાય છે.

ભૂમિસ્પર્શમુદ્રાના અભ્યાસમાં, જમણો હાથ પૃથ્વી તરફ નિર્દેશ કરે છે અને આંગળીઓ જમીનને સ્પર્શ કરવાનો પ્રયાસ કરે છે. ડાબો હાથ આકાશ તરફ નિર્દેશ કરે છે.

<u>સમય અવધિ:</u>

તે ગમે ત્યાં અને ગમે ત્યારે કરી શકાય છે.

<u>વિશેષતા:</u>

a. આ મુદ્રા મન શાંત રાખવા માટે મદદ કરે છે.

b. અભ્યાસી પૂરા હૃદયથી અને સંકેન્દ્રિત મન સાથે નિયમિત ધોરણે આ મુદ્રા કરવા ઈચ્છે તો પછી તે આત્માને હકારાત્મક શક્તિ આપવા માટે મદદ કરશે. તે મન અને ધ્યાનને આધાર કરશે.

c. તે ધ્યાનમાં હકારાત્મક ઊર્જા અને વિચારો બનાવે છે.

25) વ્રજપદ્મમુદ્રા

તે સતત વિશ્વાસની મુદ્રા છે. તે વિશ્વાસ જગાડવા માટે જવાબદાર છે. વ્રજપદ્મમુદ્રા વૈશ્વિક ઊર્જા અને વચનની

ભાવનાને સાથે લાવવાથી કામ કરે છે. તે કરવામાં ખૂબ જ સરળ

છે. ફક્ત બંને હાથની આંગળીઓ ક્રોસ કરો અને છાતી સામે રાખો.

<u>સમય અવધિ:</u>

તે ગમે ત્યાં અને ગમે ત્યારે કરી શકાય છે.

<u>વિશેષતા:</u>

a. તે વિશ્વાસ, આત્મવિશ્વાસ, વ્યક્તિગત શક્તિ અને આંતરિક તાકાતમાં વધારો કરશે.

26) વિતર્કમુદ્રા

સંસ્કૃત ભાષામાં વિતર્કનો અર્થ "ચર્ચા" થાય છે. વિતર્કમુદ્રા "ચર્ચામુદ્રા" છે.

આ મુદ્રા શિક્ષણ અને બૌદ્ધિક ચર્ચા/વાદવિવાદને ઊર્જા આપે છે.

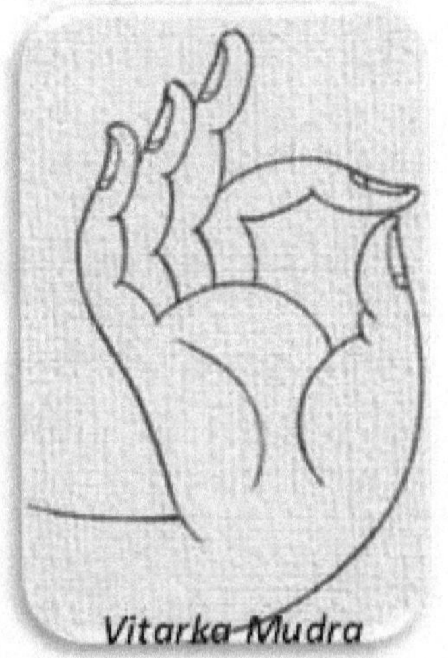

જમણા હાથના અંગૂઠા અને તર્જનીના સ્પર્શથી એક વર્તુળ રચાય છે કે ઊર્જા અને માહિતીનો સતત પ્રવાહ રચે

છે. અન્ય આંગળીઓ એકદમ સીધી અને વિસ્તૃત છે. આ મુદ્રા આપણને ઊર્જા આપે છે જે મનની સ્પષ્ટતા મેળવવા માટે જરૂરી છે.

<u>સમય અવધિ:</u>

તે ગમે ત્યાં અને ગમે ત્યારે કરી શકાય છે.

<u>વિશેષતા:</u>

a. આ મુદ્રા શિક્ષણ અને ચર્ચાને ઊર્જા આપે છે, જે આપણને મનની દલીલયુક્ત સ્થિતિમાં પ્રવેશતાં અટકાવશે.

b. વિતર્કમુદ્રા કરતાં તમને શાંતિનો અનુભવ થશે જે આંતરિક સંઘર્ષ ઘટાડવા માટે ઉપયોગી છે.

c. આ ઊર્જા બૌદ્ધિક વાતચીત માટે મગજ ખોલે છે અને શાંત શાણપણનો અનુભવ કરાવે છે.

d. સમય પર સાચા અને યોગ્ય નિર્ણય લેવા માટે ક્ષમતા વધારે છે.

e. મન શાંતિ પૂર્ણ બને છે.

f. ક્રોધ અને ખુશીની સ્થિતિમાં મનને કંટ્રોલમાં રાખે છે.

g. આ મુદ્રા શાંતિ અને ક્ષમાની પ્રકૃતિ વિકસાવશે. વિતર્કમુદ્રા સામાન્ય રીતે બુદ્ધની છબીઓ અને મૂર્તિઓમાં જોવા મળે છે.

27) કમળમુદ્રા

આ મુદ્રા હૃદયચક્ર ખોલવા માટે સમર્થ અને શુદ્ધતાનું એક પ્રતીક છે. કમળ તળાવની સપાટી પર બેસીને સૂર્ય તરફ ખીલે છે

અને તેના મૂળ પુષ્પને અડગ અને મજબૂત રાખવા કાદવના તળિયે ઊંડે સુધી તેને પકડીને રહે છે. તે અંધકારમાંથી ઊભરતાં પ્રકાશ અને સુંદરતાનું પ્રતીક છે.

તમારી આંખો બંધ કરો ઊંડા અને લાંબા શ્વાસ લો.

આ મુદ્રા બંને હાથના અંગૂઠા અને ટચલી આંગળીઓના સ્પર્શ દ્વારા રચાયેલી છે. દરેક હાથ અને ખૂલેલી અન્ય આંગળીઓ એક ફૂલ જેવી છે. તે સ્થિર રાખો અને તમારા હાથ તમારા હૃદયચક્રની નજીક રાખો.

<u>સમય અવધિ:</u>

તે ગમે ત્યાં અને ગમે ત્યારે કરી શકાય છે. તમારી ઇચ્છા મુજબ્બના સમય સુધી ચાલુ રાખવી.

<u>વિશેષતા:</u>

a. આ મુદ્રા કર્યા પછી, કમળના ફૂલની જેમ જ્યારે જીવનના આનંદ તરફ હૃદય ખોલો ત્યારે સ્થિરતા અને મજબૂતીનો અનુભવ થવો જોઈએ.

b. આ મુદ્રા ગેરસમજ અને ચિંતા દૂર કરે છે. નિયમિત અભ્યાસ કરવાથી શરીરમાં અગ્નિતત્વ સુધરે છે જે અંદરના અને આસપાસના સૌંદર્ય અને લાવણ્યનું એક અદ્ભૂત સ્મૃતિપત્ર છે.

c. તે પ્રેમ અને લાગણીના ખેડાણ માટે વાપરી શકાય છે. એકલતામાં આરામ લાગે છે અને જ્યારે જાતને, નબળા, તૂટેલા અથવા ગેરસમજ લાગે પણ કરી શકાય છે.તે હૃદય ખોલવા માટે થોડો સમય લેશે.

28) पुष्पपुतामुद्रा

પુષ્પપુતા સંસ્કૃત શબ્દ છે. તેનો અર્થ મૂઠીભર પુષ્પો ભગવાનને અર્પણ કરવા એમ થાય છે. તે નિખાલસતા અને સ્વીકૃતિની મુદ્રાછે. તે બ્રહ્માંડનો નિયમ છે.

Pushpaputa Mudra

આ મુદ્રા મન અને આત્માની નિખાલસતા જેવી દેખાય છે. આ મુદ્રા નિખાલસ હૃદય અને સ્વીકૃતિ અર્પણ કરવાનો એક સંકેત છે.

આપણે માત્ર આપણી અંદર સમકક્ષ હોય તેને આકર્ષિત થઇએ છે. જો આપણે આપણીજાતને વધારે હકારાત્મકતા સાથે સંરેખિત કરીએ તો આપણે આપણામાં વધારે હકારાત્મકતા લાવી શકીએ.

રેખાકૃતિ મુજબ બંને હથેળીઓ એકબીજા સાથે સ્પર્શ કરો. તે ઘણી આરામદાયક સ્થિતિ હોવી જોઇએ જ્યાં દબાણ જરૂરી નથી.

બ્રહ્માંડમાં આશીર્વાદ પહોંચાડી શકાય તેમ મન ખોલે છે.

સમય અવધિ:

ધ્યાન કરતાં ગમે ત્યાં અને ગમે ત્યારે તે કરી શકાય છે.

વિશેષતા:

a. આ મુદ્રા અન્ય તરફ સહાનુભૂતિને પ્રોત્સાહન આપે છે.

b. બ્રહ્માંડમાં આશીર્વાદ પહોંચાડી શકાય તેવું મન ખોલે છે. તે ડર દૂર કરવા માટે મદદ કરે છે.

c. નકારાત્મક લાગણીઓ, વિચારો દૂર કરે છે તેમજ શરીર અને મનમાં સંભવિત શક્તિ સાથે હકારાત્મક અભિગમ અને પ્રોત્સાહન આપે છે.

29) ધ્યાનીમુદ્રા

તે ધ્યાનમુદ્રા છે અને દરખાસ્ત જેવી છે. મોટાભાગે દેવતાઓ બેઠક દરમિયાન આ મુદ્રામાં જોવા મળે છે. આ મુદ્રામાં બંને હાથપગ પર વાટકીની જેમ

મૂકવામાં આવે છે. જમણો હાથ ડાબા હાથમાં અને અંગૂઠા એકબીજાને સ્પર્શે તેમ રાખવામાં આવે છે.

<u>સમય અવધિ:</u>

તે 45 મિનિટમાં તત્વો સંતુલિત કરી શકે છે. તેથી સામાન્ય રીતે તે એક દિવસમાં 15 મિનિટના અંતરાલ સમયમાં ત્રણ વાર 45 મિનિટ માટે કરવું સલાહભર્યું છે.

<u>વિશેષતા:</u>

a. હાથના સ્વરૂપ એક વાટકી જેમ દેખાય છે જે આંતરિક સ્વતંત્રતા, શુદ્ધતા, ખાલીપણું કે આધ્યાત્મિકતાના માર્ગ તરફ આક્રમણ અનુલક્ષી પ્રતિનિધિત્વ છે.

b. આ મુદ્રામાં વર્તુળ બંધારણ, દેખાવ અને સત્ય પ્રકૃતિની વાસ્તવિકતાનું વિશ્વમાં પ્રતીક છે.

c. આ મુદ્રા ધ્યાન અને એકાગ્રતા માટે છે.

30) મુકુલમુદ્રા

દરરોજ જમ્યાં પહેલાં, જમીન પર અથવા આરામદાયક ખુરશી પર પૂર્વાભિમુખ બેસવું અને બંને હાથની આંગળીઓની

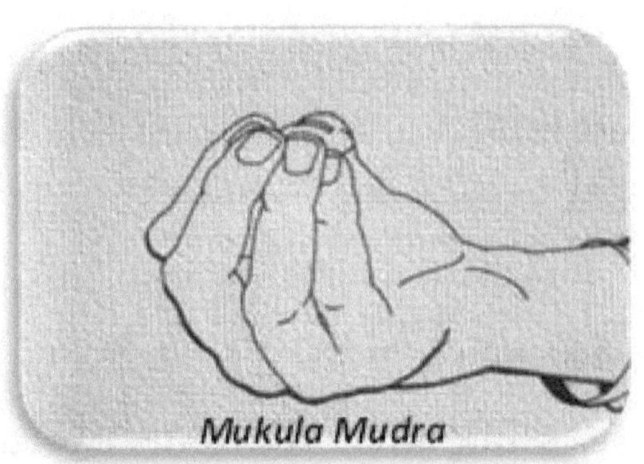

ટોચ અને સંબંધિત અંગુઠાની ટોચ આકૃતિ મુજબ જોડો. કોણી વાળ્યાં વગર બંને હાથ આગળ તરફ ખેંચીને પગ પર મુકો. હવે આંખ બંધ કરો. તમારી આંગળીઓ અને શરીરમાં શું થઇ રહ્યું છે તેના પર 5 મિનિટ ધ્યાન કેન્દ્રિત કરો.

<u>સમય અવધિ:</u>

આ મુદ્રા 5 મિનિટ કરતાં વધુ ન થવી જોઇએ અન્યથા આંગળીઓની પીડા શરૂ થઇ જશે. ખાલી પેટે, દિવસમાં 3 વખત કરી શકાય. ઓછામાં ઓછા એક મહિનાનો અભ્યાસ વધુ સારું પરિણામ આપે છે.

<u>વિશેષતા:</u>

a. આંગળીની ટોચ નજીક ચુંબકીયબળ ઉત્પન્ન થતું હોય તેવો અનુભવ થશે. આ મુદ્રા થકી શરીરના 7 ચકોનું શુદ્ધિકરણ થાય છે.

b. એક મહિનાના અભ્યાસ પછી, તે મૂલાધાર, સ્વધીષ્ઠાના, મણીપુરા, અનાહતા, વિશુદ્ધ, આજ્ઞા, સહસ્ત્રયક જેવા તમામ ચક્રો સાફ કરે છે.

c. આ મુદ્રા કરવાથી શરીરના તમામ ભાગોને તેમની કુદરતી તાકાત પાછી મેળવવા મદદ કરશે અને સક્રિય થશે.

d. શારીરિક રોગોથી વધુ પડતા પીડાતા લોકો, સૂતાં-સૂતાં હાથ ખેંચીને આ મુદ્રા કરી શકે છે.

e. આપણું શરીર વધુ પડતાં જંતુનાશકોના ઉપયોગવાળો ખોરાક લેવાથી, પ્રદૂષિત હવા, દવામાં વધુ પડતા રસાયણોનો ઉપયોગ વગેરેથી ઝેરી તત્વો ભેગા કરે છે. માત્ર આ મુદ્રાના અભ્યાસ દ્વારા આ ઝેરી તત્વો દૂર કરી શકાય છે. તે કુદરતી પ્રતિરોધક શક્તિ વધારે છે.

31) સંયુક્તમુદ્રા

આ મુદ્રા સાંધા માટે ખૂબ જ ઉપયોગી છે. તે પીડા દૂર કરવા અને નવી ઊર્જા મેળવવા માટે મદદ કરશે.

50 વર્ષથી ઉપરના લોકોએ ખાસ કરીને આ મુદ્રાનો ઉપયોગ કરવો જોઇએ.

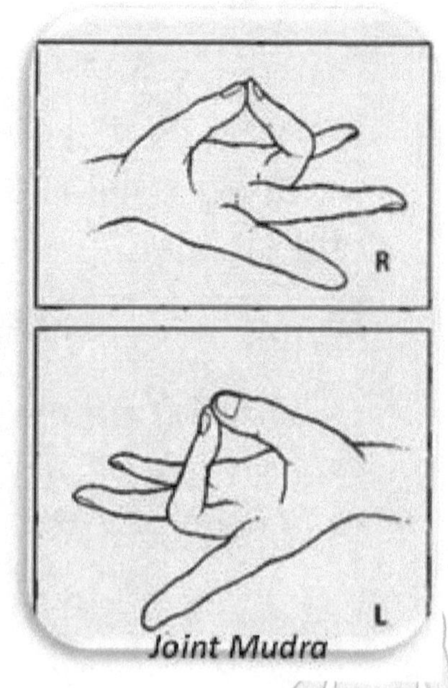

બંને હાથના હાવભાવ અલગ છે.

જમણો હાથ: જમણા હાથમાં અંગૂઠો અને અનામિકા જોડો.

ડાબો હાથ: ડાબા હાથમાં અંગૂઠો અને મધ્યમા જોડો.

સમય અવધિ:

એક દિવસમાં 4 વાર 15-15 મિનિટના અંતરે કરી શકાય. માંદગીમાં એક દિવસમાં 6 વાર અથવા 30 મિનિટ પણ કરી શકાય છે. સારવાર પ્રક્રિયા થોડી ધીમી છે. તેમાં મહિનાઓ પણ લાગી શકે પરંતુ આ મુદ્રાના અભ્યાસથી પીડા દૂર કરવામાં સહાયતા મળે છે. નિયમિત અને ધાર્મિક અભ્યાસ જરૂરી છે.

વિશેષતા:

a. આ મુદ્રા સાંધામાં વાત અને શુષ્કતા નિયંત્રિત કરે છે.

b. તે સાંધા અને સ્નાયુનો દુખાવો નિયંત્રિત કરવા ખૂબજ ઉપયોગી છે.

c. તે સાંધાની આસપાસ ખાલી અસ્થિબંધની સારવાર કરી ઊર્જા આપે છે.

d. જેઓ કમ્પ્યુટર સંબંધિત કામમાં સામેલ છે, તે આ મુદ્રાનો અભ્યાસ કરી શકે છે. આ પ્રકારનું કામ કોણી, કાંડા, આંગળીઓ અને ઘૂંટણમાં પીડા કરે છે તેથી આ મુદ્રા સાંધામાં ઊર્જા પુનઃસ્થાપિત કરવા માટે મદદ કરે છે.

e. આ મુદ્રા સાંધામાં ઊર્જાનું સંતુલન આવશે. પર્વતારોહણ અથવા લાંબાગાળાના કમ્પ્યુટર કામથી થતાં કોણી અને શરીરના દુખાવામાં અત્યંત લાભદાયી છે.

32) વજ્રમુદ્રા

મધ્યમાના નખની એકતરફ અંગુઠાની ટોચ અને બીજી તરફ અનામિકા તથા અનામિકાની બીજી તરફ ટચલી આંગળી સ્પર્શ કરે. તર્જની ફેલાયેલી છે. બંને હાથે તે જ કરો.

<u>સમય અવધિ:</u>

જરૂરિયાત મુજબ દિવસમાં 3 વાર 5 મિનિટ કરવી.

<u>વિશેષતા:</u>

a. નાકના મૂળ પર માલિશ તરીકે, કપાળના કેન્દ્ર અને માથા પાછળની પીડામાં આ મુદ્રા રાહત આપે છે.

b. તે રક્ત પરિભ્રમણ નિયંત્રિત કરશે.

c. શરીરમાંની રક્તપ્રવાહની સ્થિતિને નિયંત્રિત અને નિયમિત કરે છે.

33) સમાનવાયુમુદ્રા

અગ્નિ, વાયુ, આકાશ, પૃથ્વી, પાણીઆ 5 તત્વોના સમન્વયરૂપી તમામ આંગળીઓ અને અંગૂઠો એક સાથે જોડો. પંચભૂતો શરીર પ્રણાલીનું સંતુલન કરશે.તેથી

આ મુદ્રા સમાન તરીકે ઓળખાય છે જેનો અર્થ સરખું અથવા સંતુલન એમ થાય છે.

<u>સમય અવધિ:</u>

આ મુદ્રા 5-10 મિનિટ કરતાં વધુ ન કરવી અન્યથા તે નબળાઇનું કારણ બની શકે છે.

<u>વિશેષતા:</u>

a. 5 તત્વોના સંતુલન દ્વારા શરીર સંકલન સંતુલિત કરશે અને જો આ 5 તત્વો નિયંત્રણ હેઠળ છે તો પછી વાત, પિત્ત અને કફ નિયંત્રણ હેઠળ રહેશે.

b. શરીરમાં સારી શક્તિ વિકસાવે છે.

c. માનસિકશક્તિ વધારે છે અને એકાગ્રતા સુધારે છે.

34) મૃગીમુદ્રા (હરણ ચહેરો મુદ્રા)

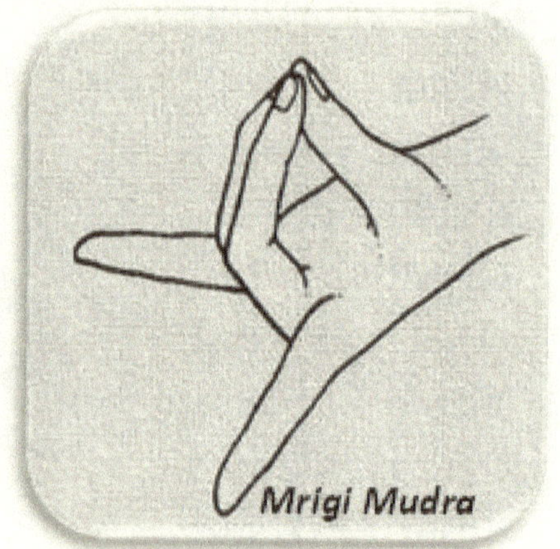

અંગૂઠાની ટોચ અનામિકા અને મધ્યમાના ઉપરના ભાગને સ્પર્શશે, તર્જની અને ટચલી આંગળી સીધી રહેશે. આ દેખાવ હરણના ચહેરા જેવો છે માટે તે 'મૃગીમુદ્રા' કહેવાય છે.

<u>સમય અવધિ:</u>

દર 10 મિનિટના હસ્તક્ષેપ દ્વારા મહત્તમ 30 મિનિટ કરી શકાય છે.

<u>વિશેષતા:</u>

a. આ મુદ્રા તણાવ અને ગભરાટમાં રાહત કરે છે.

b. મૃગીમુદ્રા મનની શાંતિ અને શરીરનો આરામ વધારશે.

c. મૃગીમુદ્રા યોગ શરૂ કરતાં પહેલાં કરી શકો છો. તે વધારે માનસિક સ્પષ્ટતા અને એકાગ્રતા હાંસલ કરવા માટે મદદ કરશે.

d. આ મુદ્રા શરીરની પ્રતિરોધકતામાં વધારો કરશે.

e. તે ચેતાના હુમલા અને નબળાઇની સારવાર કરશે.

f. તે ઠંડા પવન અથવા સાઇનસ સમસ્યાને કારણે થતાં તણાવ અને પીડા દૂર કરશે.

g. મનસ્થિર અને ધ્યાનમાં સુખ લાવે છે.

h. તે દંત પીડા દૂર કરવા માટે પણ મદદ કરશે.

35) લિંગમુદ્રા

બંને હાથની આંગળીઓ લિંક કરો અને ડાબા હાથનો અંગૂઠો સીધો ઊભો રાખો અને તેને જમણા હાથની તર્જની સાથે બંધ કરો.

Linga Mudra

<u>સમય અવધિ:</u>

આ મુદ્રા ગમે ત્યાં અને ગમે ત્યારે કરી શકાય છે. પરંતુ તેનો વધુ અભ્યાસ ન કરવો કારણકે તે શરીરમાં ગરમી પેદા કરે છે. જો આપણે લાંબા સમય સુધી તેનો અભ્યાસ કરીએ તો શિયાળામાં પણ પરસેવો કરી શકે છે.

<u>વિશેષતા:</u>

a. દૂધ, ઘી, વધુ પાણી અને ફળના રસ લઇએ તો તે શરીરમાં ગરમી પેદા કરે છે. વધુમાં, સારા લાભો માટે આ મુદ્રાનો ઉપયોગ કરવો.

b. આ મુદ્રા શરીરને ઉત્સાહિત કરશે.

c. તે ફેફસાં સંબંધિત માંદગીનો ઇલાજ કરશે.

d. તે ફેફસાંને વધુ ઊર્જા આપશે.

36) શક્તિમુદ્રા

આ મુદ્રા કરવા માટે બંને હાથની અનામિકા અને ટચલી આંગળીઓ એકસાથે જોડો. આ મુદ્રાના અભ્યાસ સમયે શ્વાસ પ્રક્રિયા પર મનસ્થિર અને એકાગ્ર કરવું. શક્તિમુદ્રા છાતી વિસ્તારમાં શ્વાસ આવેગને વેગ આપે છે.

<u>સમય અવધિ:</u>

તે દિવસદીઠ 3 વખત 10-15 મિનિટ માટે કરી શકાય છે.

<u>વિશેષતા:</u>

a. અનિદ્રાનો સરળતાથી ઉપચાર કરે છે અને ઊંઘ સંબંધિત સમસ્યાઓ દૂર કરે છે.

b. આ મુદ્રા એક શાંત અસર પૂરી પાડે છે કે જેથી તે સાઉન્ડ સ્લીપ આપે છે.

<u>સાવચેતી:</u>

શક્તિમુદ્રા કરતાં અભ્યાસીએ સાવધ રહેવું જોઇએ. તે આડઅસર ધરાવે છે. મુદ્રા લાંબા સમય માટે કરવામાં આવે તો તે આળસુ પ્રકૃતિ અને કામની ઢબ પર અસર કરી શકે છે.

37) મહાત્રિકાસ્થીમુદ્રા

આ મુદ્રા સારી પાચન પ્રણાલી માટે છે.

પગલું 1: બંને અનામિકાની ટોચ સાથે જોડો. હવે બંને હાથની ટચલી આંગળીઓ અંગૂઠા પર જોડો. 10 શ્વાસો માટે આ સ્થિતિ જાળવો.

પગલું 2: બંને ટચલી આંગળીઓની ટોચ સાથે જોડો. હવે બંને હાથની અનામિકાને અંગૂઠા પર જોડો. 10 શ્વાસો માટે આ સ્થિતિ જાળવો.

સમય અવધિ:

જરૂરિયાત મુજબ કરો અથવા દિવસમાં 3 વખત 5-7 મિનિટ કરી શકાય છે. આમ, તે દિવસદીઠ 20-25 મિનિટ આસપાસ કરી શકાય.

વિશેષતા:

a. તે નીચલા પેટની પીડા દૂર કરશે.

b. આ મુદ્રા ખાસ માસિકસ્રાવની પીડા દરમ્યાન વપરાય છે.

c. તે પેટની સમસ્યાઓની પીડા દૂર કરે છે અને વધુ સારી રીતે કામ કરવા માટે ઊર્જા પૂરી પાડે છે.

38) ભ્રામરામુદ્રા

આ મુદ્રા ખૂબ મોસમી શરદી / તાવમાં મદદરૂપ છે.

સુખાસનમાં બેસી અને તમારી કમર સીધી રાખો. ખુરશી પર બેઠા પણ તે શક્ય છે.

હવે છાતી સામે બંને હાથ રાખવા અને તર્જનીને અંગૂઠાના મૂળ પર મૂકો. બંને હાથે આ મુદ્રા કરો.

હવે આકૃતિમાં બતાવ્યા પ્રમાણે મધ્યમાની મદદથી અંગૂઠાની ટોચ સ્પર્શ કરો.

સમય અવધિ:

હવે 7 મિનિટ માટે આ સ્થિતિ જાળવો અને શક્ય તેમ ઊંડા અને ધીમા શ્વાસ લો.

ભ્રામરા મુદ્રા દિવસદીઠ 8 વખત 20 મિનિટ માટે કરો. જોકે, આ કરવા માટે કોઈ સમયમર્યાદા નથી; તે તમારી સગવડતા પ્રમાણે કરી શકાય છે.

વિશેષતા:

a. આ મુદ્રા મોસમી એલર્જીઓ, ઉધરસ અને ગાળતા નાક સામે મદદ કરે છે.

b. આ મુદ્રા જે લોકો અસ્થમા અને શ્વાસનળીના સોજાથી પીડાતા હોય તેમને મદદ કરે છે.

c. તે પ્રતિકારક પ્રણાલી સુધારી શકે છે.

d. આ મુદ્રા મનની એકાગ્રતા વધારી ધ્યાન કેન્દ્રિત પણ કરી શકે છે.

e. તે ત્વચાના રોગ દૂર કરવા માટે મદદ કરશે.

39) ઉત્તરાબોધીમુદ્રા

તે સૌથી વધુ સંરેખિત મુદ્રા તરીકે પણ ઓળખાય છે. તે આપણી જાતમાં સર્વોપરી એકતાની ભાવના

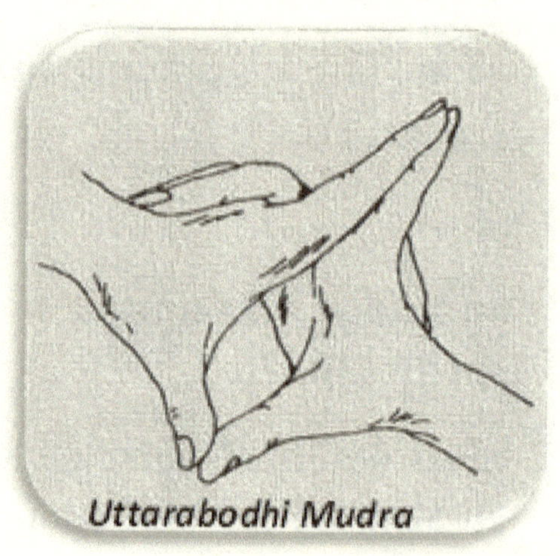

અને આંતરિક સંભવિત ઊર્જા બનાવે છે. તે આત્માને સંરેખિત અને કેન્દ્રિત કરશે.

સૌરનાડીના સ્તર સામે હાથ રાખી આંગળીઓ જોડો. હવે તર્જનીઓ અને બંને હાથના અંગૂઠા આકૃતિ જેવા હોવા જોઇએ. બંને તર્જનીઓ આકાશ તરફ અને અંગૂઠો જમીન તરફ નિર્દેશ કરશે.

સમય અવધિ:

તે ગમે ત્યાં અને ગમે ત્યારે કરી શકાય છે. ઇચ્છા મુજબ લાંબા સમય સુધી ચાલુ રાખી શકાય.

વિશેષતા:

a. આ મુદ્રાનો સતત અને નિયમિત અભ્યાસ શરીરમાં લાંબાગાળાની અસર બનાવશે.

b. અભ્યાસીને ખ્યાલ આવશે કે એક ભગવાન (કુદરત) સિવાય કોઇનો ભય ન હોવો જોઇએ.

c. સંપૂર્ણ આનંદ અને સુખ પ્રાપ્ત થશે.

d. આ મુદ્રા શરીર સાથે આત્માને સંરેખિત કરશે.

40) ત્સેમુદ્રા

ત્સેમુદ્રા અભ્યાસ અને ઉલ્લેખતાઓવાદી સાધુઓ દ્વારા થયો છે. તે ત્રણ રહસ્યોની કસરત દ્વારા પણ ઓળખાય છે. આ મુદ્રા મુખ્યત્વે પાણી તત્વો ખાસ કરીને કિડની

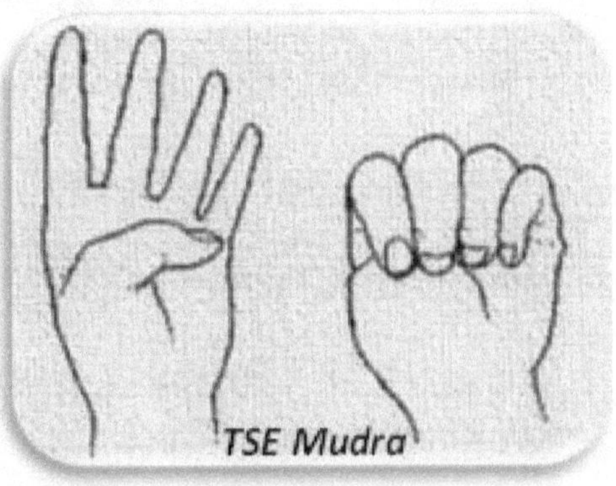

અને મૂત્રાશય જેવાને અસર કરે છે. તે માનસિક સ્તર વધે છે.તાઓવાદી (ચિનીમૂળ આધ્યાત્મિકમાર્ગ) અનુસાર, આ મુદ્રા ઉદાસી અને જીવન તણાવ દૂર કરશે. આરામદાયક સ્થિતિમાં કમર સીધી રાખીને બેસો. બંને હાથ જાંધ પર મૂકો. અંગૂઠાની ટોચને ટચલી આંગળીના મૂળ પર સ્પર્શ કરો. હવે ચાર આંગળીઓથી અંગૂઠો બંધ કરો. હવે શ્વાસમાં 7 વખત 'ઓમ' મંત્રગાન કરો. હવે પ્રથમવાર શ્વાસ બહાર મૂકતી વખતે તમારી ચિંતાઓ, ભય, તણાવ શરીર છોડીને જાય છે એમ અનુભવો.

<u>સમય અવધિ:</u>

ઉપરના પગલાંઓમાં વર્ણવ્યા અનુસાર 7 વખત માટે આ મુદ્રા કરો. આ મુદ્રાનો ઉપયોગ મહતમ ૫૦ મિનિટ સુધી કરી શકાય છે.

<u>વિશેષતા:</u>

a. આ મુદ્રાના સતત અને નિયમિત અભ્યાસ લાંબાગાળાની શક્તિ બનાવશે.

b. આ મુદ્રા હતાશા અને ચિંતા દૂર કરશે.

c. તે મનની નકારાત્મકતા દૂર કરવા માટે મદદ કરે છે.

d. તે સુખ અને મનની હકારાત્મકતા વધારીને મૂડ સુધારે છે.

e. માનસિકશક્તિઓ અને જાગૃતિ સુધારે છે.

f. ભય ઘટાડે છે – તેથીઆ મુદ્રા તાકાત આપીને જીવનમાં નવા પડકારો લેવા સમર્પિત છે.

g. તે શરીરમાં પાણીતત્ત્વનો વધારો કરશે.

h. કોઇપણ પરિસ્થિતિમાં તણાવમાં પ્રતિક્રિયા ન કરવી પણ આ મુદ્રા આવી પરિસ્થિતિમાં જવાબ આપવા માટે મદદ કરશે.

41) મહાશિર્ષમુદ્રા

આ મુદ્રા મોટા માથાની મુદ્રા તરીકે પણ ઓળખાય છે. તીવ્ર માથાના દુખાવાના કિસ્સામાં આ મુદ્રા એક દવા તરીકે ઉપયોગી છે.

આ મુદ્રામાં અંગૂઠો, તર્જની અને મધ્યમા બધા સાથે મળીને જોડાય છે.

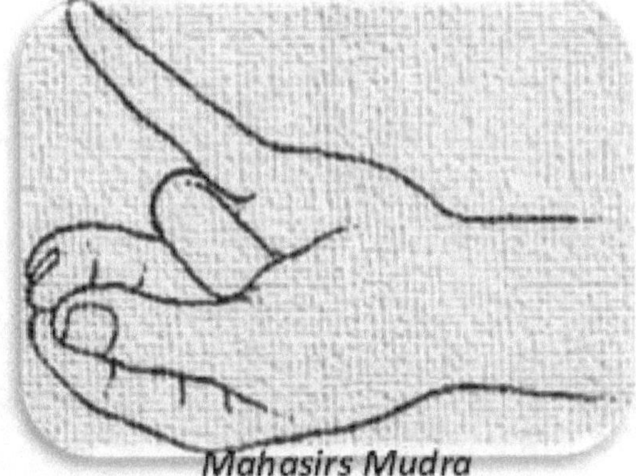

અંગૂઠાના મૂળ પર બંધસ્થિતિમાં અનામિકા મૂકો. ટચલી આંગળી સીધી રાખો. બંને હાથે તે જ કરો.

સમય અવધિ:

જરૂરિયાત મુજબ કરો. તે દિવસમાં 3 વખત 6 મિનિટ દરેક માટે કરી શકાય છે.

વિશેષતા:

a. આ મુદ્રા શરીરના એકભાગ પર કેન્દ્રિત ઊર્જા સંતુલિત કરી શકે છે.

b. તે તણાવમુક્ત અસર આપે છે.

c. તે માથિર્ષનો દુઃખાવો ઘટાડવામાં મદદ કરે છે.

d. તે તણાવ અને ચિંતા દૂર કરે છે.

e. તે આધાશીશીનો માથાનો દુખાવો દૂર કરી યોગ્ય સારવાર આપે છે.

f. તે આંખોની તાણને આરામ આપે છે.

g. તે એકાગ્રતા અને ધ્યાન સુધારે છે.

42) મુષ્ટિમુદ્રા

આ મુદ્રા મૂક્કોમુદ્રા તરીકે પણ ઓળખાય છે. અહીં આ મુદ્રામાં અંગૂઠો બહાર છે જ્યારે ત્સેમુદ્રામાં અંગૂઠો અંદર છે. જ્યારે વ્યક્તિ ગુસ્સો, આક્રમકતા અને ભય અથવા ચીડાયેલ હોય ત્યારે નકારાત્મક

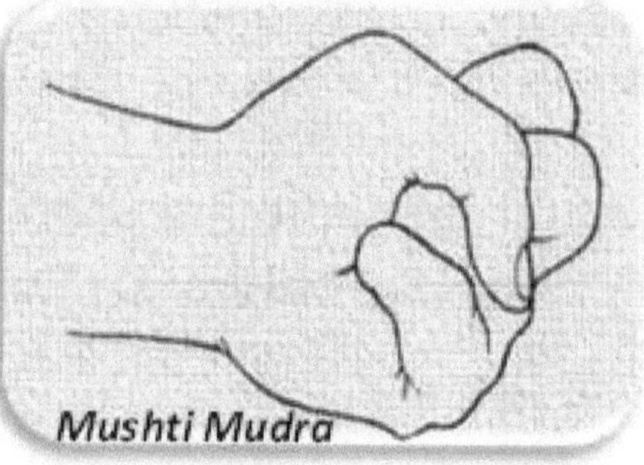

લાગણીઓ માટે પ્રતિક્રિયા કુદરતી માનવવલણ છે. પ્રથમ એક મૂક્કો રચવા માટે આંગળીઓ વાળી લઈ છાતીએ લગાડો. હવે આકૃતિ મુજબ અનામિકા પર અંગૂઠો મૂકો.

<u>સમય અવધિ:</u>

જરૂરિયાત મુજબ કરો. તે દિવસમાં 3 વખત 15 મિનિટ દરેક માટે કરી શકાય છે.

<u>વિશેષતા:</u>

a. આ મુદ્રા લીવર અને પેટની શક્તિ વધારે છે અને પાચનશક્તિ પણ સુધારે છે .

b. તે તણાવ દૂર કરશે અને લાગણીઓનો સંચય કરશે.

43) માતંગીમુદ્રા

આ મુદ્રા તણાવ દૂર કરી શરીરના શ્વાસચક્રને તાકાત પૂરી પાડે છે.

(છાતીસામે) સૂર્યનાડી સામે તમારા હાથ આવરો. હવે બંને મધ્યમા સીધી રાખી તેમની ટોચ જોડો. પેટ

વિસ્તારના શ્વાસ માટે તમારું ધ્યાન દિશામા ન કરો. આ મુદ્રા મન, શરીર અને આત્માની એકંદર આંતરિક સંવાદિતા માટે ખાસ ઉપયોગી છે.

જ્યારે નબળાઇ અથવા હતાશા લાગે ત્યારે તે કરી શકાય છે.

<u>સમય અવધિ:</u>

જરૂરિયાત મુજબ કરો. તે દિવસમાં 3 વખત 4 મિનિટ દરેક માટે કરી શકાય છે.

<u>વિશેષતા:</u>

a. તે શ્વાસ અને સૌર નસના આવેગ મજબૂત અને ઊર્જાયક સંતુલિત કરશે.

b. તે લાકડું અને પૃથ્વીતત્ત્વોને પ્રોત્સાહિત કરે છે જે અનુક્રમે નવી શરૂઆત રજૂ કરે છે અને જીવનને ઊંડાઇ આપે છે.

c. તે હૃદય, પેટ, યકૃત, કિડની વગેરે માટે ઉપયોગી છે.

44) મકરમુદ્રા

ભારતીય પરંપરામાં મકર મગરનું નામ છે. મગર તાકાત માટે જાણીતા છે અને મગર ખૂબ ટૂંકા સમયમાં તમામ તાકાત ભેગી કરી શકે છે. તેથી, આ મુદ્રા ઊર્જા જળાશય છે. આ મુદ્રા તે વ્યક્તિ કે જે હતાશા, નબળાઇ અનુભવે છે તેમને બધી સમસ્યાઓનું સમાધાન કરવા માટે ઉપયોગી હોઇ શકે છે.

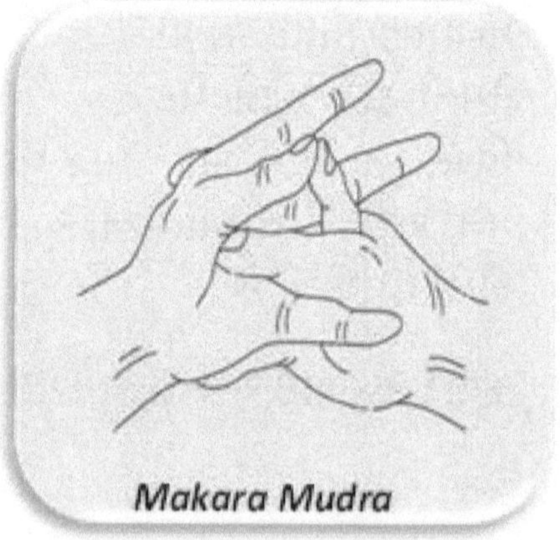

એક હાથને બીજા હાથમાં મૂકો; તે ડાબો કે જમણો કોઇ પણ હાથ હોઇ શકે છે. આકૃતિમાં બતાવ્યા પ્રમાણે ટચલી આંગળી અને અનામિકાની વચ્ચેથી નીચેના હાથનો અંગુઠો વિસ્તારો અને ઉપરની હથેળીની મધ્યમાં મૂકો. બીજા હાથ પર, તે જ હાથના અંગુઠા સાથે અનામિકાની ટોચ સ્પર્શ કરો.

સમય અવધિ:

દિવસદીઠ એ જ 3 વખત કરો. સંયુકત રીતે 4-10 મિનિટ આવું કરવું વધારે સારું છે.

વિશેષતા:

a. તે કિડનીની ઊર્જા સક્રિય કરશે.

b. તે એકાગ્રતા સુધારે છે.

c. તે બદલાતા મૂડ નિયંત્રિત કરવા માટે મદદ કરે છે.

45) અભયમુદ્રા

આ મુદ્રા ભારતમાં ખૂબ જ સારી રીતે જાણીતી છે. સામાન્યરીતે વડીલો આશીર્વાદ આપવા આ મુદ્રાનો ઉપયોગ કરે છે.મોટાભાગના ભારતીય દેવી-દેવતાઓની છબીઓ આશીર્વાદ આપતી સ્થિતિમાં જોવા મળે છે.

જમણો હાથ હથેળી સામે તરફ રહે તેમ છાતીના સ્તરે રાખો. હવે ડાબો હાથ તમારી જાંઘ પર મૂકો અથવા પણ છાતી પર મૂકી શકો છો.

<u>સમય અવધિ:</u>

તે ગમે ત્યાં અને ગમે ત્યારે કરી શકાય છે.

<u>વિશેષતા:</u>

a. તે માનવીની માનસિક નબળાઇ દૂર કરશે.

b. આ મુદ્રાથી શરીરમાં 5 તત્ત્વોનું નિયંત્રણ / સંતુલન આવશે.

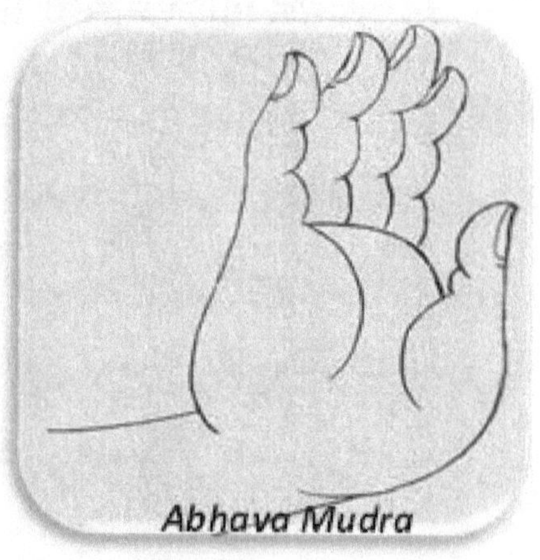

46) બિનઝેરીકરણમુદ્રા

આ મુદ્રા શરીરમાંથી ઝેર દૂર કરવાનું કામ કરે છે.

દરેક હાથના અંગૂઠાને અનામિકાના મૂળની આંતરિક ધાર પર મૂકો.આ બંને હાથથી કરી શકાય છે.

આ મુદ્રા આપણને ધીરજ, શાંતિ, વિશ્વાસ, ચક્રોના સંતુલન અને સંવાદિતા આપે છે.

સમય અવધિ:

આ મુદ્રા વર્ષમાં ઓછામાં ઓછી એકવાર થવી જોઇએ. પૂરતો આરામ અથવા સુપાચ્ય ખોરાક આ મુદ્રા પૂર્ણ થયા બાદ જરૂરી છે. 12-15 મિનિટ માટે તેનો અભ્યાસ કરવો.

જેઓના પેટ અથવા લિવર નબળા છે તેઓ 10 મિનિટ આ મુદ્રાનો અભ્યાસ કરો.

વિશેષતા:

a. આ મુદ્રા ખરાબ યાદો, ખરાબ ટેવો, નાપસંદ, નકારાત્મકતા અને ભય વગેરેને અવગણવા મદદ કરશે. તે નવી ઊર્જા માટે જગ્યા કરશે.

સાવચેતી:

પ્રથમ 3-5 દિવસ, સવારે હર્બલ ચા સાથે સરળતાથી સુપાચ્ય બ્રેડ ખાવા. ભાત, બટાકા અને બાફેલા શાકભાજી બપોરના અથવા રાત્રિ ભોજન દરમ્યાન હોઇ શકે છે.

હર્બલ ચા અથવા બપોરના અને રાત્રિ ભોજન વચ્ચે પાણી પીવું. આ દિવસો દરમિયાન સંપૂર્ણ આરામ લેવો, જેથી બિનઝેરીકરણ દિવસ દરમિયાન તદ્દન સૂઇ રહેવું.

47) ગણેશમુદ્રા

આ મુદ્રા આપણી ભાવનાને મદદ કરે છે અને ઉદાસીમાં દૃઢ રહેવાની શક્તિ આપે છે, જે આ મુદ્રાનો હેતુ છે.

ગણેશ હિન્દૂ પૌરાણિક ભગવાન છે અને ભગવાનને આપણા માર્ગની તમામ

સમસ્યાઓ દૂર કરનાર માનવામાં આવે છે.

ડાબા હાથની હથેળી આકાશ તરફ રહે તેમ તમારી છાતી સામે રાખો.(અંગૂઠો જમીન તરફ અને ટચલી આંગળી આકાશ તરફ). હવે ડાબા હાથને જમણા હાથ સાથે સાંકળો કે જેથી જમણા હાથનો પાછળનો ભાગ આકાશ તરફ રહે. હાથ તમારા હૃદયના સ્તરે રાખો.

થોડા ક્ષણો લો અને સંપૂર્ણ શ્વાસ લો.

બળપૂર્વક શ્વાસ બહાર મૂકવો છે, જ્યારે બળપૂર્વક પકડમુક્ત કર્યા વગર હાથ ખેંચો.

તમારા શ્વાસમાં સાથે બધા તણાવ જવા દો.

6 વખ્ત પુનરાવર્તન કરો.

<u>સમય અવધિ:</u>

અતિઅધિક શ્વાસ લો. ઉચ્છવાસમાં જ્યારે આઠ આંગળીઓ ભેગી કરો ત્યારે બંને હાથ દૂર ખેંચવા પ્રયત્ન કરો. તમારા હાથ અને છાતી વચ્ચે ખેંચાણ અનુભવો. એકવાર ફરી શ્વાસ લો અને ગણેશમુદ્રા સાથે હાથને આરામ આપો. 6 વાર પુનરાવર્તન કરો.

હવે હાથ બદલો. જમણી હથેળી બહાર તરફ અને ડાબી હથેળી અંદર તરફ રાખી આ પ્રક્રિયા ફરીથી કરો.

તમારા હાથમાંથી બધું ખેંચાણ દૂર કરી છાતી નજીક લાવો. આ સ્થિતિમાં જેમ બને તેમ વધારે બેસો અને તમારા શ્વાસ પર ધ્યાન કેન્દ્રિત કરો અને મન એકાગ્ર કરો.

<u>વિશેષતા:</u>

a. ગણેશમુદ્રા કાર્ડિયાક સ્નાયુઓ, છાતી, ખભા અને હાથના સ્નાયુઓ આવરી લે છે.

b. તે ખભા અને છાતી કોઇ પીડા પણ દૂર કરે છે.

48) કલેશ્વરમુદ્રા

આ મુદ્રા મન અને વિચારોને શાંત કરે છે. કલેશ્વરમુદ્રા કલેશ્વરમનીમૂર્તિને સમર્પિત છે જેમનું મંદિર ભારતના તેલંગાણામાં આવેલું છે.

તમારી મધ્યમાના ટેરવાં એક સાથે જોડો. હવે તર્જનીના પ્રથમ બે સાંધા સાથે અંગૂઠા સ્પર્શ કરો. તમારી અન્ય આંગળીઓ અંદર તરફ વાળવી. તમારી છાતી તરફ તમારા અંગૂઠા રાખો.

Kaleswara Mudra

હવે તમારી કોણી બહાર ફેલાવો અને 10 વખત ધીમેધીમે શ્વાસ લો. તમારા શ્વાસનું અવલોકન કરો અને શ્વાસ લેતી વખતે અને બહાર કાઢયા પછી વિરામ વધારો. બહાર કાઢયા પછી વધુ વિરામ લેવા પ્રયત્ન કરીશું.

<u>સમય અવધિ:</u>

એક દિવસમાં 10 - 20 મિનિટનો અભ્યાસ જોઇએ.

<u>વિશેષતા:</u>

a. તે ધ્યાનમાં બિનજરૂરી વિચારો નિયંત્રિત કરશે.

b. આદતને વર્તનમાં પરિવર્તતા અટકાવશે.

c. તે એકાગ્રતામાં વધારો કરશે.

49) ગતિશીલમુદ્રા

લગભગ તમામ મુદ્રામાં હજુ પણ હોય છે, પરંતુ આ મુદ્રા તરીકે નામ પહેલેથી જ સૂચવે છે કે આંગળીઓ સ્થિર નહીં પણ ચલિત રહે છે. તે મગજ કસરત માટે મુદ્રા છે.

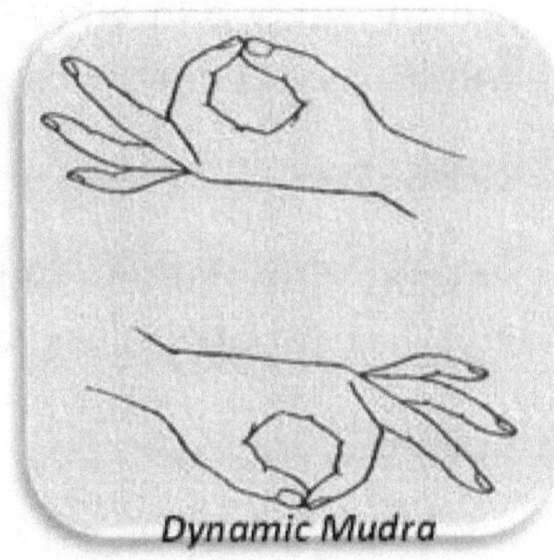

દરેક ઉચ્છવાસ દરમિયાન, તમારા અંગૂઠોની ટોય પર તમારી એક આંગળીની ટોય મૂકો.

જ્યારે શ્વાસ લો ત્યારે આંગળીઓ પાછળ બાજુ ફેલાયેલી છે.

બંને હાથે તે કરો.

રાઉન્ડ 1: -

•આ કસરત કરતાં એક અક્ષરનો મંત્ર બોલો.

• 'સા..' બોલો અને અંગૂઠાની ટોય સાથે તર્જની સ્પર્શ કરો.

• 'તા..' બોલો અને અંગૂઠાની ટોય સાથે મધ્યમા સ્પર્શ કરો.

• 'ના..' બોલો અને અંગૂઠાની ટોય સાથે અનામિકા સ્પર્શ કરો.

• 'મા..' બોલો અને અંગૂઠાની ટોય સાથે ટચલી આંગળી સ્પર્શ કરો.

રાઉન્ડ 2: -

જ્યારે તમે બીજી વખત આવું કરો ત્યારે ટોચની જગ્યાએ નખ દબાવો.

રાઉન્ડ -3: -

અંગૂઠોથી સમગ્ર આંગળી દબાવો. એક જ સમયે તમારી આંગળીની ટોચ હથેળીમાં દબાવો.

સમય અવધિ:

તે ગમે ત્યારે અને ગમે ત્યાં કરી શકાય છે. મુદ્રા દરેક દિવસ 5- 30 મિનિટ માટે કરી શકો છો. આની કોઈ સમય મર્યાદા નથી.

આ મુદ્રા શ્વાસ લેતાં તથા બુહાર મૂકતાં નિયમિત અને શાંત રીતે થવી જોઇએ.

વિશેષતા:

a. ગતિશીલમુદ્રા મગજ પ્રવૃત્તિને મદદ કરે છે અને ચેતાઓને આરામ આપે છે.

b. આ મુદ્રા એકાગ્રતામાં પ્રગતિ અને આંતરિક રાહત પેદા કરે છે.

50) ઉષાસમુદ્રા

Ushas Mudra

પુરુષોની આંગળીઓ સંયુક્ત હોવી જોઇએ. જેમકે, જમણો અંગુઠો ડાબા અંગૂઠા પર આવે અને ધીમેથી દબાણ આપે. મહિલાઓનો જમણો અંગુઠો ડાબા અંગૂઠા અને તર્જનીની મધ્યમાં રાખવો અને ડાબા અંગૂઠાથી તેના પર દબાણ આપવું. તમારી પકડવાળો હાથ માથા પાછળ મૂકો. હવે થોડીવાર સ્ફૂર્તિથી, ધીરેધીરે અને ઊંડા શ્વાસ લો. તમારું મોં અને આંખો વ્યાપ કરી તે ખોલો. તમારી કોણી પાછળ ઓશીકાંમાં દબાવો. શ્વાસ બહાર મૂકતાં બધું ખેંચાણ જવા દો.

સમય અવધિ:

આ 5 થી 15 મિનિટ માટે દરરોજ કરવી. ઇચ્છિત અસર થાય ત્યાં સુધી આ મુદ્રા જાળવો.

વિશેષતા:

આ મુદ્રા જ્યારે તમે હજુ પણ ઊંઘમાં અને પથારીમાં સૂતેલા છો ત્યારે સવારે જાગવામાં મદદ કરશે. તે મન જાગૃત બનાવે છે અમારા અને શરીરને તાજગી આપશે.

51) પુષાનમુદ્રા

જમણો હાથ: અંગૂઠો, તર્જની અને મધ્યમાની ટોચ અન્યની ટોચ પર હોય છે; અન્ય આંગળીઓ સીધી રહે છે.

ડાબો હાથ: અંગૂઠો, મધ્યમા અને અનામિકાની ટોચ અન્યની ટોચ પર હોય છે; અન્ય આંગળીઓ વિસ્તૃત રહે છે.

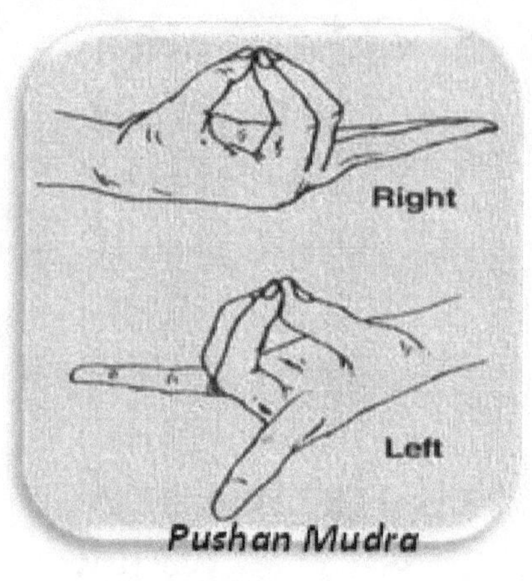

સમય અવધિ:

લાંબાગાળાની ફરીયાદોમાં દિવસમાં 4 વખત 5 મિનિટ આ મુદ્રાનો અભ્યાસ તાત્કાલિક મદદરૂપ થાય છે.

વિશેષતા:

a. તેનાથી મગજશક્તિમાં સુધારો થશે.

b. એકાગ્રતા, મનની હકારાત્મકતા, મેમરી, તર્કશાસ્ત્ર, ઉત્સાહી સ્વભાવ વધારે છે.

૭. યોગમુદ્રાનો સારાંશ

200 થી વધારે યોગમુદ્રાઓ છે, પરંતુ તે તમામમાંથી 51 મુખ્ય મુદ્રા જાતને સ્વસ્થ અને સારું રાખવા અજમાવવામાં આવી હતી. મગજ, માનવમિજાજ, શરીર, હૃદય અને મન શરીરના મહત્વના ક્ષેત્ર તરીકે આવરી લેવામાં આવી રહી છે. નીચે ઉલ્લેખ કરેલ મુદ્રામાં નવશરીરના ક્ષેત્ર સાથે સંબંધિત છે, જે નિયમિત ઉપયોગમાં લેવાય છે. કઈ મુદ્રાનો હેતુ શું છે તેનો એક જ નજરમાં સારાંશ કરવામાં આવ્યો છે.

1. મગજ સંબંધિત મુદ્રાઃ -

ક્રમ	શરીરના વિવિધ ભાગો માટે	મગજ માટે			
	વિવિધ મુદ્રાઓ	મગજની શક્તિ વિકસાવવા	રોગપ્રતિકારક શક્તિ વિકસાવવા	યાદશક્તિ વધારવા	માથાનો દુખાવો દૂર કરવા
૧	જ્ઞાન મુદ્રા	ૐ			
૨	સુર્યા મુદ્રા	ૐ			ૐ
૩	પ્રાણ મુદ્રા (જીન્દગીની મુદ્રા)	ૐ			
૪	પૃથ્વી મુદ્રા (ધરતીની મુદ્રા)	ૐ			
૫	હાકિની મુદ્રા	ૐ		ૐ	
૬	સુરભી મુદ્રા			ૐ	
૭	બેક મુદ્રા			ૐ	
૮	કુબેર મુદ્રા			ૐ	
૯	ધર્મચક્ર મુદ્રા			ૐ	
૧૦	વરાડા મુદ્રા			ૐ	
૧૧	અંજલી મુદ્રા	ૐ			
૧૨	ભૂમિસ્પર્શ મુદ્રા			ૐ	
૧૩	વિતર્કા મુદ્રા	ૐ		ૐ	
૧૪	પુષ્પુતા મુદ્રા			ૐ	
૧૫	વજ્ર મુદ્રા				ૐ
૧૬	સમાનવાયુ મુદ્રા	ૐ		ૐ	
૧૭	મૂગી મુદ્રા	ૐ			ૐ
૧૮	લિંગા મુદ્રા	ૐ			
૧૯	ભુમાંરા મુદ્રા		ૐ	ૐ	
૨૦	ટીએસઈ મુદ્રા	ૐ			
૨૧	મહાસીર્સ મુદ્રા			ૐ	ૐ
૨૨	માતંગી મુદ્રા	ૐ			
૨૩	મકર મુદ્રા			ૐ	
૨૪	અભય મુદ્રા			ૐ	
૨૫	ડીટોક્ષીફીકેશન મુદ્રા		ૐ		
૨૬	ગણેશ મુદ્રા				
૨૭	કાલેશ્વર મુદ્રા	ૐ			
૨૮	ડાઈનેમિક મુદ્રા	ૐ			
૨૯	ઉષાસ મુદ્રા	ૐ		ૐ	
૩૦	પુશાન મુદ્રા	ૐ		ૐ	
	મગજના અનુશંધાનમાં - કુલ યોગમુદ્રા	૧૬	૨	૧૬	૪

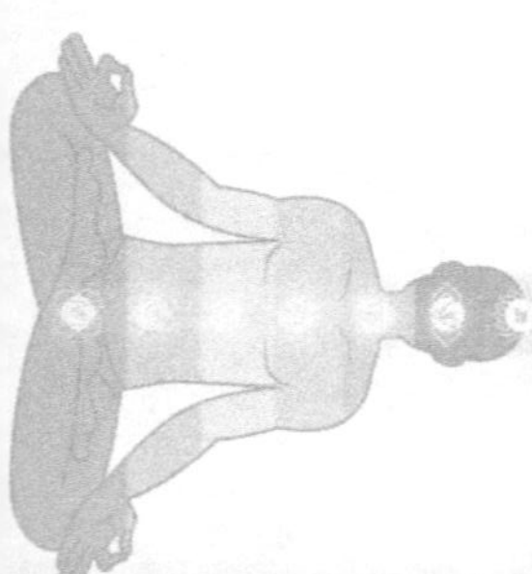

2. માનવમિજાજ સંબંધિત મુદ્રા: -

ક્રમ	શરીરના વિવિધ ભાગો માટે	વ્યક્તિગત ભાવને આધારે		
	વિવિધ મુદ્રાઓ	ઉત્સાહને વધારવા	આત્મવિશ્વાસને વધારવા	આળસ દૂર કરવા
૧	જ્ઞાન મુદ્રા	ૐ		ૐ
૨	સુર્યા મુદ્રા	ૐ		
૩	પ્રાણ મુદ્રા (ઝીન્દગીની મુદ્રા)		ૐ	
૪	પૃથ્વી મુદ્રા (ધરતીની મુદ્રા)		ૐ	
૫	સુરભી મુદ્રા	ૐ		ૐ
૬	કુબેર મુદ્રા	ૐ	ૐ	ૐ
૭	કુંડલીની મુદ્રા	ૐ		
૮	રુદ્ર મુદ્રા			ૐ
૯	ગરુડ મુદ્રા			ૐ
૧૦	ધર્મચક્ર મુદ્રા		ૐ	
૧૧	ભૂમિસ્પર્શ મુદ્રા	ૐ		
૧૨	વજ્રપ્રદમા મુદ્રા		ૐ	
૧૩	વિતાર્કા મુદ્રા		ૐ	
૧૪	લોટસ મુદ્રા	ૐ		
૧૫	પુષ્પુતા મુદ્રા	ૐ		
૧૬	સમાનવાયુ મુદ્રા		ૐ	
૧૭	મૃગી મુદ્રા	ૐ	ૐ	
૧૮	લિંગા મુદ્રા	ૐ		
૧૯	શક્તિ મુદ્રા	ૐ		
૨૦	ઉત્તરાબોધી મુદ્રા	ૐ		ૐ
૨૧	ટીએસઈ મુદ્રા	ૐ		ૐ
૨૨	મહાસીર્સ મુદ્રા		ૐ	
૨૩	મકર મુદ્રા	ૐ	ૐ	
૨૪	કાલેશ્વર મુદ્રા	ૐ		
વ્યક્તિગત ભાવના આધારે - કુલ યોગમુદ્રા		૧૫	૧૦	૭

૩. શરીર સંબંધિત મુદ્રાઃ -

ક્રમ	વિવિધ મુદ્રાઓ	શરીરના વિવિધ ભાગો માટે				શરીરના અલગ અલગ ભાગને આધારે					
		પેટનો દુખાવો દૂર કરવા	દાંતનો દુખાવો દૂર કરવા	સાંધાના દુખાવાને દૂર કરવા	કમરનો દુખાવો દૂર કરવા	કાનનો દુખાવો દૂર કરવા	નબળાઈ દૂર કરવા	ચામડીની સમસ્યા દૂર કરવા	એલર્જી દૂર કરવા	બોલવાની સમસ્યા દૂર કરવા	ગણાની સમસ્યા દૂર કરવા
૧	વાયુ મુદ્રા	ૐ		ૐ	ૐ						
૨	શુન્ય મુદ્રા					ૐ					ૐ
૩	અપાનવાયુ મુદ્રા	ૐ									
૪	અપાન મુદ્રા (પાચનક્રિયાની મુદ્રા)	ૐ	ૐ								
૫	પ્રાણ મુદ્રા (જીન્દગીની મુદ્રા)						ૐ				
૬	પૃથ્વી મુદ્રા (ધરતીની મુદ્રા)						ૐ				
૭	વરૂણ મુદ્રા							ૐ			
૮	આકાશ મુદ્રા					ૐ	ૐ				
૯	શંખ મુદ્રા	ૐ								ૐ	
૧૦	સુરભી મુદ્રા	ૐ									
૧૧	બેક મુદ્રા				ૐ						
૧૨	ગરૂડા મુદ્રા						ૐ				
૧૩	વીકારા મુદ્રા									ૐ	
૧૪	જોઈન્ટ મુદ્રા			ૐ	ૐ						
૧૫	વજ્ર મુદ્રા				ૐ	ૐ					
૧૬	મુર્ગી મુદ્રા						ૐ				
૧૭	મહસકલ મુદ્રા	ૐ									
૧૮	ભમરા મુદ્રા							ૐ	ૐ		
૧૯	ટીએસઈ મુદ્રા						ૐ				
૨૦	મુષ્ટિ મુદ્રા	ૐ									
૨૧	માતંગી મુદ્રા	ૐ									
૨૨	અભય મુદ્રા						ૐ				
૨૩	ગણેશ મુદ્રા			ૐ	ૐ						
	શરીરના અલગ અલગ ભાગને આધારે - કુલ યોગમુદ્રા	૮	૧	૩	૫	૩	૭	૨	૧	૨	૧

4. હૃદય સંબંધિત મુદ્રાઃ -

ક્રમ	શરીરના વિવિધ ભાગો માટે	હૃદયને માટે	
	વિવિધ મુદ્રાઓ	શ્વાછોશ્વાસ વ્યવસ્થિત કરવા	હૃદયનો દુ:ખાવો દુર કરવા
1	અપાનવાયુ / હૃદય મુદ્રા		ૐ
2	આકાશ મુદ્રા		ૐ
3	લંગ / અસ્થમા મુદ્રા	ૐ	ૐ
4	રુદ્ર મુદ્રા	ૐ	
5	વિકારા મુદ્રા	ૐ	
6	માતંગી મુદ્રા	ૐ	ૐ
7	ડીટોક્ષીફીકેશન મુદ્રા	ૐ	
8	ગણેશ મુદ્રા		ૐ
9	કાલેશ્વર મુદ્રા		ૐ
10	ઉષાસ મુદ્રા	ૐ	
11	પુશાન મુદ્રા	ૐ	
હૃદયને માટે - કુલ યોગમુદ્રા		૭	૬

5. મન સંબંધિત મુદ્રા: -

ક્રમ	વિવિધ મુદ્રાઓ	શરીરના વિવિધ ભાગો માટે	આંતરિક શક્તિ માટે			
		નીંદરની સમસ્યા દૂર કરવા	ચેતાતંત્રને વિકસાવવા	મનની એકાગ્રતા વધારવા	લાગણીઓને કાબુમાં રાખવા	કુંડીલીની ચકોના સંતોલન માટે
1	જ્ઞાન મુદ્રા	ૐ				
2	અપાનવાયુ / હૃદય મુદ્રા		ૐ			
3	પૃથ્વી મુદ્રા (ધરતીની મુદ્રા)		ૐ	ૐ		
4	શંખ મુદ્રા				ૐ	
5	હાકિની મુદ્રા			ૐ		
6	સુરભી મુદ્રા	ૐ	ૐ		ૐ	
7	બેક મુદ્રા			ૐ		
8	કુબેર મુદ્રા	ૐ		ૐ		
9	રુદ્ર મુદ્રા	ૐ		ૐ		
10	ધર્મચક્ર મુદ્રા			ૐ		
11	વરાડા મુદ્રા				ૐ	
12	અંજલી મુદ્રા		ૐ			
13	ભૂમિસ્પર્શ મુદ્રા			ૐ		
14	વિતર્કા મુદ્રા			ૐ		
15	પુષ્પુતા મુદ્રા			ૐ		
16	ધ્યાની મુદ્રા			ૐ		
17	મુકુલા મુદ્રા					ૐ
18	સમાનવાયુ મુદ્રા		ૐ	ૐ	ૐ	ૐ
19	મૃગી મુદ્રા		ૐ	ૐ		
20	શક્તિ મુદ્રા	ૐ				
21	ભમાંરા મુદ્રા			ૐ		
22	ટીએસઈ મુદ્રા	ૐ	ૐ		ૐ	
23	મહાસીર્ષ મુદ્રા			ૐ	ૐ	ૐ
24	મુષ્ટિ મુદ્રા			ૐ		
25	મકરા મુદ્રા			ૐ		
26	અભયા મુદ્રા				ૐ	
27	ડાઈનેમિક મુદ્રા		ૐ			
28	પુશાન મુદ્રા			ૐ		
	આંતરિક શક્તિ માટે - કુલ યોગમુદ્રા	૬	૮	૧૭	૭	૩

૮. એક આખરી શબ્દ

આ પુસ્તિકામાં ખૂબ જ સામાન્ય પણ ઉપયોગી માહિતી આવરી લીધેલ છે. નવી વસ્તુનું સંશોધન અને સરળ રજૂઆતમાં તેને ઢાળવું, આ પુસ્તક આપણને એકંદર વ્યક્તિગત વિકાસ, અભ્યાસ અને જ્ઞાન આપશે. આ પુસ્તકમાં યોગમુદ્રાના નવા લેખો પીરસવામાં આવ્યા છે અને તે રજૂ કરવાનો પ્રયાસ કરવામાં આવ્યો છે. ખરેખર આ અંત નથી પરંતુ ઐતિહાસિક જ્ઞાનના સારના અન્વેષણની શરૂઆત છે. આપણે દરરોજ વ્યસ્ત અને આવશ્યક જીવનમાં તેનો ઉપયોગ કરવો જોઇએ.

હું મુદ્રા વિશે કેટલાક મહત્વપૂર્ણ સત્યો જણાવીશ જે મુદ્રા વિશે વધુ જાણવા માટે રસ જગાડશે. 50 કરતાં વધારે યોગમુદ્રાઓ સીધી મગજ સાથે સંકળાયેલ છે અને મગજ પરના ઊર્જા પ્રવાહ પર અસર કરે છે. આ મુદ્રા સામાન્ય રીતે શરીરના અંગો અને પદ્ધતિસરના શ્વાસ સાથે પણ સંકળાયેલી છે. હિંદુ ધર્મમાં, તેને "ભૈરભી સાધના" કહે છે. જો કે, કેટલાક વિશ્વ વિધાલયો આ મુદ્રા પર સંશોધન કરી રહી છે. ભૂમિસ્પર્શમુદ્રા તેમાંની એક છે. તેમાં સંશોધન કરવામાં આવ્યું કે આ મુદ્રા જૂથમાં કરવાથી આબોહવા અને પર્યાવરણમાં અસર જોવા મળે છે.

કેટલીક મુદ્રાઓનો નિયમિત વ્યવસ્થિત અભ્યાસ મન તેમજ શરીરનો ઇલાજ કરી શકે છે. કેટલાક દેશોમાં, તબીબો તબીબી સારવાર અથવા વાઢકાપ દરમિયાન સારવાર માટે

"રેકીમાસ્ટર" ને આમંત્રિત કરે છે. રેકીમાસ્ટર સારવાર દરમિયાન યોગ દ્વારા દર્દીને વૈશ્વિકઊર્જા આપે છે.

આ એક વૈશ્વિક નિયમ છે. ટૂંકમાં, શાંત વાતાવરણમાં મુદ્રાનો અભ્યાસ કરો અને તે દરમિયાન એકાગ્ર રહો. હંમેશા નવા પડકાર અથવા વિષય શોધવા. હંમેશા શ્રેષ્ઠમાં શ્રેષ્ઠની અપેક્ષા રાખવી અને નવી વસ્તુઓ માટે આતુર રહેવું. બાળકોથી વડીલો સુધી બધા લોકો યોગમુદ્રાના જ્ઞાનનો ઉપયોગ કરે અને નવા યુગને ટકાવી રાખે તે માટે ભગવાનને પ્રાર્થના કરીશ.

*****

Feedback

A small initiative globally for society.

Do you know, a tap that drips once every second wastes about 1,000 liters of water every month. #SAVE WATER #SAVE EARTH

One Man NGO: Shri Aabid Surati (Painter, Author, Cartoonist, Activist)
www.ddfmumbai.org

We would be happy to have your feedback...☺

Please share your transparent review/feedback/rating to encourage our author or services. Share your testimonials by clicking the link on www.nexus-stories.com

Our books (eBook & Paperback) are available globally.
www.nexus-stories.com # Amazon # Flipkart

@nexus.stories
@nexus_stories
@Nexus Stories
@nexusstories2016
@ nexus-stories

Have a Happy Reading...!!! 😊

* * *